இரவு உணவு

(ஆறு உலகச் சிறுகதைகள்)

பியோர்ண்ஸ்டர்ன் பியோர்ண்ஸன்
ஸெல்மா லாகர்லெவ்
டெடுயூஸ் பரோவ்ஸ்கி
ஸிந்தியா ஒசிக்

தமிழில்
புதுமைப்பித்தன்
க.நா.சு.
சி. மோகன்

பரிசல்

இரவு உணவு
(ஆறு உலகச் சிறுகதைகள்)

பியோர்ண்ஸ்டர்ன் பியோர்ண்ஸன், ஸெல்மா லாகர்லெவ்
டெடுயூஸ் பரோவ்ஸ்கி, ஸிந்தியா ஒசிக்

முதல் பதிப்பு: ஜனவரி 2021

வெளியீடு: பரிசல் புத்தக நிலையம்
235, P. பிளாக் MMDA காலனி
அரும்பாக்கம், சென்னை – 600 106.
பேச: 9382853646, 8825767500
மின்னஞ்சல்: parisalbooks@gmail.com

அச்சுக்கோப்பு: வி. தனலட்சுமி

அச்சாக்கம்: ரவிராஜா பிரிண்டர்ஸ், சென்னை – 600 005.

பக்கம்: 128

விலை ரூ: 120

Iravu Unavu
(Aaru Ulaga chirukathaigal)
Bjornstjern Bjornson, Selma Lagerlof
Tedius Parovsky, Cynthia Osik

First Edition: January 2021

Published by Parisal Putthaga Nilayam
No. 235, 'P' Block MMDA Colony
Arumbakkam, Chennai - 600 106.
Mobile: 93828 53646, 8825767500
Email: parisalbooks@gmail.com

DTP: V. Dhanalakshmi,

Printed at: Raviraja Printers, Chennai - 5.

Pages: 128

Price Rs. 120

உள்ளடக்கம்

1.	பியோர்ன்ஸ்டர்ண் பியோர்ண்ஸன்	10
	தெய்வம் கொடுத்த வரம்	11
	தமிழில்: புதுமைப்பித்தன்	
2.	ஸெல்மா லாகர்லெவ்	17
	கிழவி	18
	தமிழில்: புதுமைப்பித்தன்	
3.	ஸெல்மா லாகர்லெவ்	28
	தேவமலர்	31
	தமிழில்: க,நா.சு.	
4.	ஸெல்மா லாகர்லெவ்	
	அடிமைப் பெண்	66
	தமிழில்: க.நா.சு.	
5.	டெடுயூஸ் பரோவ்ஸ்கி	110
	இரவு உணவு	112
	தமிழில்: சி. மோகன்	
6.	ஸிந்தியா ஒசிக்	118
	சால்வை	119
	தமிழில்: சி. மோகன்	

3

காலமும் கதைகளும்

உலக மொழிகளின் இலக்கிய வளங்களை ஏற்பதற்கும் அனுபவிப்பதற்கும் அவற்றிலிருந்து ஒரு மொழி தாக்கம் பெறுவதற்குமான ஒரே ஏற்பாடு மொழிபெயர்ப்பு. மனித குலம் இதுவரை உருவாக்கிய கலை ஊடகங்களில் இலக்கியம் தவிர்த்த எந்த ஒன்றின் மூல வடிவத்தோடும் நாம் ஏதேனும் ஒரு வகையில் உறவாடவும் பரிவர்த்தனை கொள்ளவும் முடியும். நம் ஈடுபாடு, பயிற்சி, ரசனை ஆகியவற்றின் தன்மைக்கேற்ப இவ்வுறவின் தன்மையும் அமையும். இசை, ஓவியம், நடனம், நாடகம், திரைப்படம் போன்ற பிற ஊடகங்களின் வெளிப்பாட்டுக் கருவிகளுக்கேற்ப, அவற்றில் ஊடாடியிருக்கும் மொழி மற்றும் கலாசார அடையாளங்களுக்கேற்ப, சில சேதாரங்கள் இருக்கலாம். எனினும், நாம் அவற்றோடு பயணம் செய்ய முனையும் பட்சத்தில் அவை நம்மோடு உறவாடத் தொடங்கிவிடும். ஆனால் ஒரு புத்தகம், அதன் வெளியீட்டு மொழியை நாம் அறிந்திராதபட்சத்தில் அது முழுமுற்றாக நமக்கு அந்நியமாகிவிடுகிறது. அதோடு எவ்வித உறவும் சாத்தியமில்லை. ஒரு சிறு பரிவர்த்தனைகூட

நிகழ்வதில்லை. அதனால்தான் மொழிபெயர்ப்புகள் அத்தியாவசியமாகின்றன. உலக இலக்கியத்தின் வளமான பரப்புகளில் பயணம் செய்வதென்பது நம் காலத்தோடும் நம் காலத்திற்கான கனவுகளோடும் நாம் கொள்ளும் பயணமன்றி வேறில்லை. இப்பயணத்துக்கான ஒரே பாதை மொழிபெயர்ப்புகள் மட்டுமே. நம்முடைய நவீன இலக்கியத்தின் தோற்றத்துக்கும் வளர்ச்சிக்கும் மொழிபெயர்ப்புகள் பெரிதும் பங்களித்திருக்கின்றன.

ஒரு மொழியின் படைப்பாக்க எழுச்சிக்கு, அதற்கு உதவக்கூடிய அழகியல் ஞானமும், தம் காலம் பற்றிய கூருணர்வும், கனவும் கொண்ட பிற மொழிப் படைப்பு மேதைகளின் ஆதிக்கமும் செல்வாக்கும் மிகவும் அவசியம். மொழிபெயர்ப்புகளின் மூலம் ஒரு மொழியின் வளத்தினை ஏற்று இன்னொரு மொழி வளம் பெறுகிறது. ஒரு மொழியின் சிறந்த படைப்பாளியிடமிருந்து இன்னொரு மொழிப் படைப்பாளி பல்வேறு கலை நுட்பங்களைக் கிரஹிக்கிறான். ஒரு கலை வடிவத்தின் எல்லையற்ற சாத்தியங்கள் கண்டறியப்படுகின்றன. மூல மொழியின் வளத்தைப் பெறுமொழி பெற்று செழிக்கிறது.

தமிழ்ச் சிறுகதையின் உயரிய மரபு புதுமைப்பித்தனிடமிருந்தே தொடங்குகிறது. அவர் சுயமானதும் தனித்துவமிக்கதுமான படைப்பு சக்தி கொண்டவர் என்றாலும் அயல் மொழிப் படைப்புகளிலிருந்து அவர் கற்றுக்கொண்டதும் பெற்றுக்கொண்டதும் அவருடைய படைப்பாளுமையில் வலுவான தாக்கத்தை ஏற்படுத்தியுள்ளன.

'மணிக்கொடி' காலத்தின்போதே 'தினமணி' நாளிதழில் சேர்ந்துவிட்ட புதுமைப்பித்தன் 'தினமணி' ஞாயிறு இதழ்களில் வாரம் ஒரு கதையென உலகச் சிறுகதைகளை மொழிபெயர்த்தார். இக்கதைகளே பின்னர் 'உலகத்துச் சிறுகதைகள்' என்ற தொகுப்பாக வெளிவந்தது. அதன் முன்னுரையில் அவருடைய மொழிபெயர்ப்பு நோக்கத்தை இவ்வாறு குறிப்பிடுகிறார்: "அமைப்பு லாவண்யங்களிலும் கையாளப்படும் அசாதாரண வார்த்தைக்கு மீறிய அதீத விசயங்களிலும் சிகரங்கள் என்று

சொல்லப்படும் கதைகளையும், தமிழ் நாட்டு ரசிகர்களின் விருப்பு வெறுப்புகளை மதித்துக் கூடுமானவரை ஓரளவு கதைச்சத்து இருக்கக்கூடிய, ஆனால் அமைப்பு விசேஷங்களுடன் பொருந்திய கதைகளையும் தேர்ந்தெடுத்துத் தருவதே என் நோக்கம்."

ஆக, தீர்க்கமான மொழிபெயர்ப்பு நோக்கத்தைக் கொண்டிருந்ததோடு, குறுகிய காலத்தில் பிரமிப்பூட்டும் அளவுக்கு உலகச் சிறுகதைகளை மொழிபெயர்த்திருக்கிறார். மோலியர், ஸின்கிளெயர் லூயிஸ், வில்லியம் சரோயன், ஸ்டீவென்ஸன், அலெக்ஸாண்டர் குப்ரின், ஆண்டன் செகாவ், ஃப்ரன்ஸ் காஃப்கா, எட்கர் ஆலன்போ, நாத்தானியல் ஹாத்தான், ஜாக் லண்டன், தாமஸ் வுல்ஃப், மாப்பசான், ஜான் கால்ஸ்வோர்த்தி, ஷொலகோவ் என விரியும் படைப்பாளிகளின் கதைகளை அவர் தமிழாக்கம் செய்திருக்கிறார்.

அதேசமயம், அவர் தன்னுடைய சிறுகதைகளில் உலக இலக்கியப் போக்கின் தாக்கம் பற்றியும் தெளிவாக வெளிப்படுத்துகிறார். 'ஆண்மை' சிறுகதைத் தொகுப்புக்கு எழுதிய முன்னுரையில் அவர் வெளிப்படுத்தும் சுய அவதானிப்பு இது: "மன அவசத்தின் உருவகம் கதைகள் என்பதை ஒப்புக்கொள்வதானால் இவை கதைகள் ஆகும். இம்மாதிரியான முறையை அனுஷ்டித்து மேல்நாட்டில் கதைகள் பிரசுரமாவது சகஜம். அந்த முறையை முதல் முதலாகத் தமிழில் இறக்குமதி செய்த பொறுப்பு அல்லது பொறுப்பின்மை என்னுடையதாகும்." மேலும் அவர் கூறுகிறார்: "கருத்துகள் நமது தேசத்து மன உளைச்சல்களின் உருவகமாக இருந்தாலும் என் போக்கு உலக இலக்கியத்தின் பொதுப் போக்கோடு சேர்ந்திருந்தது."

தான் வாழ்ந்த கால மற்றும் சமூகப் பின்புலத்தில் உயிர் கொண்டிருந்த தமிழ் மனங்களின் வாழ்க்கை, அதன் மீதான அவருடைய படைப்புப் பார்வை, உலக இலக்கிய ஞானம், வடிவ பிரக்ஞை, அபாரமான படைப்பு மொழி இவை இசைந்து உருவான படைப்புலகம்தான்

புதுமைப்பித்தனுடைய சிறுகதைகள். புதுமைப்பித்தன் மொழிபெயர்த்த நார்வே எழுத்தாளர் பியோர்ண்ஸன்–னின் ஒரு கதையும், செல்மா லாகெர்லெவ்–ன் ஒரு கதையும் என இரண்டு அருமையான ஸ்காண்டிநேவியச் சிறுகதைகள் இத்தொகுப்பில் அமைந்திருக்கின்றன.

ஒரு மொழிபெயர்ப்பாளரின் தேர்வில் அவருடைய நோக்கமும் அக்கறையும் வெளிப்படுகிறது. இவ்வகையில், க.நா.சு. ஸ்காண்டிநேவியப் பிரதேசப் படைப்புகளை அதிகமாகக் கவனத்தில் கொண்டது மிகவும் முக்கியமானது. இருபதாம் நூற்றாண்டின் தொடக்கத்திலிருந்து, இலக்கிய உலகில் நவீன ஐரோப்பியப் படைப்பாளிகளின் புதிய சிந்தனைகள் இழையோடிய தத்துவார்த்த ஒளி கூடிய படைப்புகளின் புதிய வெளிச்சம் சுடர் விட்டது. ஃபிரான்ஸ், ஜெர்மனி, இத்தாலி, ஸ்பெயின் ஆகிய நாடுகளில் வெளிப்பட்ட இத்தகைய நவீனத்துவ மைய நீரோட்டத்துக்கு எதிராக, ஐரோப்பாவில் உள்ளடங்கிய ஸ்காண்டிநேவியப் பிரதேசங்களான ஸ்வீடனும் நார்வேயும் ஓர் எழுச்சிமிக்க மாற்றுப் போக்கினை இலக்கிய ஆக்கங்களாகக் கொண்டிருந்தன. அன்பு, காதல், ஆன்மா, வாழ்வின் அர்த்தம், அது குறித்த மனிதனின் தேடல் என்றான வாழ்வின் நித்திய உண்மைகள் இழையோடிய நவீன செவ்வியல் படைப்புகளை உருவாக்கிய ஸ்வீடனின் செல்மா லாகர்லெவ், பெர்லாகர் குவிஸ்ட், நார்வேயின் நட் ஹாம்சன் போன்ற படைப்பாளுமைகள் இவருடைய தேர்வில் பிரதானமாக அமைந்தனர். நம் கீழைத் தேயப் படைப்பு மனங்களுக்கு இந்தப் படைப்புகள் உத்வேகமாக அமையும் என்று அவர் கருதியிருப்பார்.

க.நா.சு.வின் மொழியாக்க முறை மிகவும் கச்சிதமோ துல்லியமோ கொண்டதல்ல. மூலப் படைப்பாளியின் படைப்பு மொழியில் சலனிக்கும் வார்த்தைகளின் தொனி, சாயை, இழையாடல் ஆகிய பெறுமதியான தன்மைகளை அவர் கவனத்தில் கொள்வதில்லை. மாறாக, அந்தப் படைப்புலகின் ஜீவனை சுதந்திரமான மொழிபெயர்ப்பில் வசப்படுத்திவிடுவதிலேயே அவருடைய கவனக்குவிப்பு.

இருந்திருக்கிறது. மொழி நுட்பங்களில் அல்ல; கதைக் களன்களிலேயே அவர் கவனம் மேலோங்கியிருந்தது. துரிதகதியில் செயல்பட்டாக வேண்டிய கட்டாயத்தை அவர் உணர்ந்திருந்தார். இந்த உணர்வே அவருடைய மொழிபெயர்ப்பு முறையைத் தீர்மாணித்தது. ஒரு மொழியின் படைப்பாக்க எழுச்சிக்கு, அதற்கு உதவக்கூடிய, தம் காலத்தின் பிரக்ஞை கொண்ட பிற மொழிப் படைப்பாளிகளின் ஆதிக்கம் அவசியம். நம்முடைய வளத்துக்கு உலக வளங்களின் சேர்மானம் அத்தியாவசியம் என்ற மேலான புரிதலுடன் பெரும் கனவுகளோடும் லட்சிய வேட்கையோடும் செயல்பட்டவர். நம் காலத்தின் மகத்தான இலக்கிய ஆகிருதி க.நா.சு. அவர் மொழிபெயர்த்த ஸ்வீடிஸ் இலக்கியத்தின் மகத்தான படைப்பு சக்தியான ஸெல்மா லாகர்லெவ்-வின் இரண்டு அற்புதமான சிறுகதைகள் இத்தொகுப்பில் இடம்பெற்றிருக்கின்றன.

என்னுடைய மொழிபெயர்ப்பில் வெளியான பொலிஸ் படைப்பாளியான டெடியூஸ் பரோவ்ஸ்கியின் “இரவு உணவு’ கதையும், யூதப் பெண்மணியும் வாழும் 92 வயது அமெரிக்க எழுத்தாளருமான ஸிந்தியா ஓசிக்கின் ‘சால்வை’ கதையும் இத்தொகுப்பில் சேர்ந்துகொண்டிருக்கின்றன. இவ்விரு கதைகளுமே வதை முகாமின் கொடூரங்களை உறைய வைக்கும் தன்மையில் வெளிப்படுத்தியிருப்பவை.

இத்தொகுப்பில் புதுமைப்பித்தனின் இரண்டு மொழிபெயர்ப்புக் கதைகள், க.நா.சு.வின் இரண்டு மொழிபெயர்ப்புக் கதைகள், என்னுடைய இரண்டு மொழிபெயர்ப்புக் கதைகள் என ஆறு கதைகள் இடம்பெற்றிருக்கின்றன. புதுமைப்பித்தன், க.நா.சு. மொழிபெயர்ப்பிலான நான்கு ஸ்காண்டிநேவியச் சிறுகதைகளும் கடவுளின் இருப்பிலும் ஒளியிலும் சுடர்பவை; எனில், என் மொழிபெயர்ப்பிலான இரண்டு சிறுகதைகளும் கடவுள் இல்லாத உலகின் இருள் செறிந்தவை. இக்கதைகளைத் தேர்ந்தெடுத்துத் தொகுத்து, முன்னுரை எழுதியிருப்பது மட்டுமே நான் மேற்கொண்டது. மற்றபடி, இத்தொகுப்பு இப்படியாக அமைய வேண்டுமென்பது பரிசல் செந்தில்நாதனின் விருப்பம்.

இரண்டாண்டுகளுக்கு முன்பு அவருடைய மகளின் திருமண வரவேற்பு நிகழ்வில் என்னுடைய 'நடைவழிக் குறிப்புகள்' நூலின் விரிவாக்கப்பட்ட பதிப்பை வெளியிட்டு மகிழ்ந்தார். அதுபோன்று, நடைபெறவிருக்கும் தன்னுடைய மகனின் திருமணத்திலும் ஒரு நூலை வெளியிட வேண்டுமென ஆர்வம் கொண்டார். அது, புதுமைப்பித்தன், க.நா.சு., மற்றும் என்னுடைய மொழிபெயர்ப்புக் கதைகளாக அமைய வேண்டுமென விரும்பினார். அவருடைய விருப்பத்துக்கேற்ப இத்தொகுப்பு உருவாகியிருக்கிறது.

பரிசல் செந்தில்நாதன் – மலர்கொடி இணையரின் மகனின் மண நிகழ்வில் வெளியிடப்படும் இப்புத்தகத்தை மணமகன் ராம்கி – மணமகள் நிவேஜிதா இணையருக்கு சமர்ப்பிப்பதில் மிகுந்த மகிழ்ச்சி.

சி. மோகன்

10.1.2021
சென்னை.

பியோர்ண்ஸ்டர்ன் பியோர்ண்ஸன் (1832-1910)

நார்வே நாட்டின் மிக முக்கியமான படைப்பு சக்தி. கவிஞர், நாடக ஆசிரியர், நாவல் படைப்பாளி. தத்துவவாதி. அரசியல் ஈடுபாட்டாளர். மகத்தான கலை ஆத்மா. அவருடைய கவிதைகளின் தனித்துவத்துக்காகவும், தூய ஆன்மீகத் தன்மைக்காகவும் 1903-ம் ஆண்டுக்கான நோபல் பரிசு பெற்றவர்.

குடியானவர்களின் வாழ்வும் கடவுளை அறிதலும் அவருடைய படைப்புலகின் ஆதார மையங்கள். இவருடைய 'தெய்வம் கொடுத்த வரம்' இத்தன்மைகள் கொண்ட சிறந்த கதைகளில் ஒன்று.

தெய்வம் கொடுத்த வரம்

இந்தக் கதையில் வருகிறவன்தான் அவனுடைய ஊரிலேயே ரொம்பவும் பெரிய பணக்காரன். தவிரவும் அந்த வட்டாரத்திலேயே அவனுக்குத்தான் ரொம்பவும் சொல் சக்தி உண்டு. அவன் பெயர் தார்ட் ஓவராஸ். ஒரு நாள் அவன் உபதேசியார் வீட்டுக்குள் நுழைந்தான். அவர் படித்துக் கொண்டிருக்கும் அறையில் போய் நின்றான். அவன் முகம் வந்த ஜோலிக் கவலையைக் காட்டியது.

"எனக்கு மகன் பிறந்திருக்கிறான், அவனுக்கு ஞானஸ்நானம் கொடுக்க வேண்டும்" என்றான்.

"என்ன பெயர் வைக்கப்போகிறாய்?"

"பின் என்று – எங்கப்பா பெயர்."

"ஓதியிட கூட யார் வரப்போகிறார்கள்?"

பெயர்கள் அறிவிக்கப்பட்டன; தார்டின் உறவினரில் நல்ல பேர் எடுத்தவர்கள்.

"வேறு என்ன வேண்டும்?" என்றார் உபதேசியார்.

அந்த மனிதன் கொஞ்சம் தயங்கினான்.

“அவனுக்கு மட்டும் தனியாக ஞானஸ்நானம் கொடுக்க வேண்டும் என்று ஆசையாக இருக்கிறது” என்றான்.

“அதாவது ஞாயிற்றுக்கிழமை தவிர வேறு ஏதாவது ஒரு நாளில்; உனக்கு எப்பொ சவுகரியம்?”

“வருகிற சனிக்கிழமை பகல் பனிரண்டு என்றால் தேவலை.”

“வேறு ஏதாவது உண்டா?”

“வேறு ஒன்றுமில்லை. அவ்வளவுதான்” என்று தொப்பியை எடுத்துச் சுழற்றிக்கொண்டு புறப்பட யத்தனித்தான்.

உபதேசியார் எழுந்து நின்றார். “இன்னும் வேறு இருக்கிறது” என்றுகொண்டே அவனிடம் நெருங்கி வந்து அவனுடைய கைகளைப் பிடித்துக்கொண்டு “குழந்தை உனக்குக் கடவுள் அளித்த நல் ஆசியாக அமைவானாக. அவன் அருள்” என்றார்.

பதினாலு வருஷங்கள் கழிந்த பிறகு மறுபடியும் ஒரு நாள் உபதேசியார் முன்னிலையில் நின்றார்.

“வயசுக் களை உடம்பிலெ கொஞ்சம்கூடத் தட்டலியே” என்றார். அவனிடம் துளி மாறுதல்கூட உபதேசியாருக்குத் தெரியவில்லை.

“அதற்குக் காரணம் எனக்குத் தொல்லை எதுவும் இல்லை என்பதுதான்” என்றான் தார்ட்.

உபதேசியார் இதற்கு ஒரு பதிலும் அளிக்கவில்லை. சிறிது நேரம் மௌனமாக இருந்துவிட்டு “இப்பொழுது வந்திருப்பதற்கு என்ன விசேஷமோ?” என்று கேட்டார்.

“நம்ப புத்திர பாக்கியத்தைப் பற்றித்தான், மதப்பிரவேசச் சடங்குக்காகத்தான்.”

“அவன் ரொம்பக் கெட்டிக்காரப் பயல்.”

“சர்ச்சில் அவன் எங்கே உட்காருவான் என்பது தெரிந்து கொண்ட பிற்பாடுதான் உபதேசியாருக்குக் காணிக்கை வேண்டும் என்று ஆசை” என்றான்.

“அவன் ஒண்ணாவது இடத்தில் உட்காருவான்.

“அப்படித்தான் சொல்லிக்கொண்டார்கள். இதோ காணிக்கை... வைத்திருக்கிறேன்.”

“என்னால் வேறு ஏதாவது தேவையா?”

“ஒண்ணுமில்லை.”

தார்ட் வெளியேறினான்.

எட்டு வருஷங்கள் கழித்து ஒரு நாள், உபதேசியார் உட்கார்ந்து படிக்கும் அறைக்கு வெளியே சந்தடி கும்பலாகப் பலர் வந்துகொண்டிருந்தார்கள் .

தார்ட் முதலாவதாக உள்ளே நுழைந்தான்.

பாதிரியார் ஏறிட்டுப் பார்த்தார். உடனே அவனை அடையாளம் கண்டுகொண்டார்.

“இன்னிக்குச் சாயங்காலம் ஏது பரிவாரத்தோட வந்திருக்கிறாய்? என்ன விசேஷம்?” என்றார்.

“என் மகனுக்குக் கலியாண கட்டியம் அறிவிக்கணும்னு உங்களிடம் தெரிவிச்சுக்கிட வந்திருக்கிறேன். இதோ என் பக்கத்தில் நிற்கிறாரே குட்மன்ட். இவருடைய மகள் க்ரென் ஸ்டார்லிடனை... என் மகன் கலியாணம் செய்துகொள்ளப் போகிறான்” என்றான்.

“ஊரிலேயே பணக்காரப் பெண் அல்லவா அவள்” என்றார் உபதேசியார்.

“அப்படித்தான் சொல்லிக்கொள்ளுகிறார்கள்” என்று சொல்லிக்கொண்டு தலையைத் தடவிக்கொண்டான் குடியானவன்.

ரொம்பவும் ஆழ்ந்த யோசனையிலிருப்பவர் போல உபதேசியார் சிறிது நேரம் மௌனமாக இருந்தார். பிறகு வாய் பேசாமல் சர்ச்சு ஜாபிதாவில் பெயர்களைப் பதிந்து கொண்டார். வந்தவர்கள் அதன் கீழ் கையெழுத்திட்டார்கள். தார்ட் மூன்று நோட்டுகளை எடுத்துவைத்தான்.

"இதில் ஒன்றுதான் பெற்றுக்கொள்ள எனக்கு அவகாசம் உண்டு" என்றார்.

"அது எனக்குத் தெரியும். இவன் எனக்கு ஒத்தைக்கொரு மகன். கொஞ்சம் செழிப்பா நடத்தவேண்டும் என்று ஆசை."

உபதேசியார் பணத்தை எடுத்துக்கொண்டார்.

"தார்ட், உன் மகனுக்காக என்னிடம் இப்படி வந்தது இது மூணாம் தடவை" என்றார்.

ஆமாம், இன்றோடு பொறுப்பு விட்டது" என்று சொல்லி விட்டுப் பையை மடித்துக் கட்டிக்கொண்டு தார்ட் வெளியேறினான்.

கூட வந்தவர்களும் மெதுவாக வெளியேறினார்கள்.

பதினைந்து நாள் கழித்து தகப்பனும் மகனும் ஏரி மார்க்கமாக ஸ்டார்லிடனுக்குப் படகோட்டிச் சென்றார்கள். ஏரியும் அமைதியாக சலனமற்று இருந்தது. காற்றும் துளிக்கூடக் கிடையாது. கலியாணத்துக்கு ஏற்பாடுகள் செய்வதற்காக இவர்களிருவரும் போய்க்கொண்டிருந்தார்கள்.

"இந்தக் குறுக்குப் பலகை உரமாக இல்லை" என்றுகொண்டு மகன் தான் உட்கார்ந்திருந்த பலகையைச் சரிப்படுத்திச் சொருக, நேர்படுத்திச் சொருக எழுந்து நின்றான்.

அதே நிமிஷத்தில் அவன் நின்றிருந்த பலகை கழன்று விழுந்தது. காற்றைப் பிடிப்பது போலக் கைகளை உதறி விரித்து ஒரே ஓலத்துடன் ஜலத்துக்குள் விழுந்தான்.

"இந்தத் துடுப்பை எட்டிப் பிடித்துக்கொள்" என்று கூச்சலிட்டபடி தகப்பன் துள்ளி எழுந்து துடுப்பை நீட்டினான்.

ஆனால் இரண்டொரு முயற்சிக்குள் மகன் விறைத்து விட்டான். புரண்டு சரிந்து தண்ணீருக்குள் மூழ்கினான்.

போகுமுன் தகப்பனைத் தைக்கும் பார்வை, நெடிதாக ஏறிட்டுவிட்டு மறைந்தான்.

தார்ட் பிரமித்துவிட்டான். தனக்கே நம்ப முடியாத சம்பவமாக இருந்தது. படகை ஆடாமல் அசையாமல் நிறுத்தி மகன் மூழ்கிய இடத்தில் ஆழத்தைத் துழாவுவது போல நோக்கினான். அவன் மறுபடியும் மேலே வராமலா போகப் போகிறான் என்ற நம்பிக்கை. அந்த இடத்தில் சில குமிழிகள் மேலே வந்தன. இன்னும் சில வந்தன. கடைசியில் பெரிதாக ஒன்று வெளிவந்து உடைந்தது. ஏரி மீண்டும் அமைதி பெற்று பளிங்கு போலாயிற்று.

மூன்று பகல், மூன்று இரவு தகப்பன் அன்ன ஆகாரமில்லாமல் அந்த இடத்தைச் சுற்றிச்சுற்றி வட்டமிட்டுப் படகோட்டுவதை ஜனங்கள் பார்த்தார்கள். மகனுடைய உடலத்தை எடுக்க ஏரியில் துழாவி அரித்துக்கொண்டிருந்தான். மூன்றாவது நாள் காலை அதைக் கண்டெடுத்துத் தன் கைகளில் ஏந்தி மலை வழியாகத் தன்னுடைய பண்ணைக்கு எடுத்துச் சென்றான்.

அந்த நாள் கழிந்து சுமார் ஒரு வருஷ காலம் ஆகிவிட்டிருக்கும். இலையுதிர் காலத்தில் பொழுது சாய்ந்து வெகு நேரமாகிய பின் யாரோ ஒருவன் உபதேசியார் அறையில் வெளிவாசலில் நின்று கதவைத் திறப்பதற்காகத் தாழ்ப்பாளைத் தடவுவது போலக் கேட்டது. அவர் எழுந்து போய்க் கதவைத் திறந்துவிட்டார். அப்பொழுது மெலிந்து போய் கூறும் நரையும் பட்ட ஒரு மனிதன் உள்ளே வந்தான். அடையாளம் கொள்ளுமுன் அவனை நெடிது நேரம் உற்று நோக்க வேண்டியிருந்தது உபதேசியாருக்கு.

வந்தவன் தார்ட்தான்.

"ஏன் இத்தினி நேரங்கழித்து இரவில் நடமாடுகிறாய்?" என்று கேட்டார் உபதேசியார். அவர் அவன் முன்பு நின்று கொண்டிருந்தார்.

"ஆமாம் நேரமாயிட்டுதுதான்" என்று சொல்லிக்கொண்டே தார்ட் ஓரிடத்தில் அமர்ந்தான்.

உபதேசியாரும் உட்கார்ந்தார். எதற்காகவோ காத்திருப்பது போல உட்கார்ந்திருந்தார். நெடிய, நெடியதொரு மௌனம் இடை நின்றது. பிறகு தார்ட் பேசினான்.

"என்னிடம் இருப்பதை ஏழைகளுக்குக் கொடுக்க ஆசைப்படுகிறேன். என் மகன் பேரில் அந்தத் தருமம் தொலங்கும்படி போட்டுவைக்க வேணும்" என்றான் தார்ட்.

அவன் எழுந்துபோய் பணத்தை மேஜைமேல் வைத்துவிட்டுத் திரும்பிவந்து உட்கார்ந்தான். உபதேசியார் அதை எண்ணினார்.

"ரொம்பத் தொகையாச்சுதே" என்றார்.

"இது என் பண்ணையின் பாதி விலை. அதை இன்று தான் விற்றேன்."

உபதேசியார் வெகுநேரம் மௌனமாக உட்கார்ந்திருந்தார். கடைசியாக ஆதரவோடு "இனி என்ன செய்ய உத்தேசித்திருக்கிறாய் தார்ட்?" என்றார்.

"இதைவிட ஏதாவது நல்லதிருந்தால் செய்ய" என்றான்.

அவர்களிருவரும் நெடுநேரம் அப்படியே உட்கார்ந்திருந்தார்கள். தார்ட் குனிந்த தலை நிமிராமல் இருந்தான். உபதேசியார் அவன் மீது வைத்த கண் மாறாமல் அமர்ந்திருந்தார்.

பிறகு உபதேசியார் ஆதரவும் பரிவும் கலந்த குரலில் கனிவோடு, "தார்ட், உம்முடைய மகன் கடைசியாக உமக்கு வாஸ்தவமான ஆசியைப் பெற்றுத் தந்திருக்கிறான் என்றுதான் நினைக்கிறேன்" என்றார்.

"நானும் அப்படித்தான் நினைக்கிறேன்" என்றான் தார்ட். இரண்டு பெரிய நீர்த்துளிகள் அவன் கண்களில் பிறந்து கன்னங்கள் வழியாக மெதுவாக உருண்டோடின.

தமிழில்: புதுமைப்பித்தன்

ஸெல்மா லாகர்லெவ்
(1858-1940)

ஸ்வீடன் நாட்டின் மகத்தான படைப்பு சக்தி. மனித ஆன்மாவின் குண விசேஷங்களை மிக அற்புதமாக தன் எழுத்தில் வசப்படுத்தியவர். ஆன்மீக ஒளி கூடிய எழுத்து இவருடையது.

அன்பு, பரிவு, உபகாரம் என்றான அம்சங்களில் மனித வாழ்வின் நித்திய மதிப்புகளைக் கண்டவர். இவருடைய 'கிழவி' கதையும் அப்படியான அம்சங்களைக் கொண்ட மிகச் சிறந்த கதை.

கிழவி

மலைப்பாதை வழியாக ஒரு கிழவி நடந்து கொண்டிருந்தாள். மெலிந்து குறுகியவள் தான். எனினும் முகத்தின் வண்ணம் வாடவில்லை. சதைக் கோளங்கள் மரத்துத் தொய்ந்து திரிதிரியாகத் தொங்கவில்லை. அவளுடைய நடையிலும் கிழடு தட்டவில்லை. நீண்ட சட்டையும் லேஸ் வைத்துத் தைத்த குல்லாயும் போட்டுக்கொண்டிருந்தாள். கையில் ஜெபப் புஸ்தகமிருந்தது. கழுத்துத் துணியில் லவண்டர் பூக்கொத்து ஒன்றைச் சொருகி இருந்தாள்.

மலைச்சரிவிலே மரங்கள் வளரக்கூடிய வளத்தைக் குளிரினால் இழந்துவிட்ட பிராந்தியத்திலே அவள் ஒரு குடிசையில் வசித்துவந்தாள். விசாலமான பனிக்கட்டி ஆறு ஓரத்தில் அந்தக் குடிசை இருந்தது. மலையுச்சிக்கு மூடியிட்ட பனிக்கட்டிகள் திரண்டு இந்த ஆற்றுக்கு ஜீவனைத் தந்து பள்ளத்தாக்குவரை உந்தித் தள்ளி ஓட்டியது. அங்கே அந்தக் கிழவி தன்னந்தனியாய் வசித்துவந்தாள். அவளது உற்றார் உறவினர் யாவரும் செத்து மடிந்துவிட்டார்கள்.

அன்று ஞாயிற்றுக்கிழமை. கர்த்தருடைய ஓய்வு நாள். அவள் சர்ச்சுக்குப் போய்விட்டுத் திரும்பி

வந்துகொண்டிருந்தாள். புனித யாத்திரையால், அவளது மனம் ஏனோ மகிழ்ச்சியால் தழைக்காமல் சோர்வால் தள்ளாடியது. உபதேசியார் சாவைப் பற்றியும் செத்து மடிந்த பாவிகளின் ஆத்மாக்களைப் பற்றியும் அன்று செய்த உபதேசம் அவள் மனத்தில் வெகுவாய்ப் பதிந்திருந்தது. தான் இப்போது வசிக்கும் குடிசை இருக்கும் மலையுச்சியிலே பாவிகளின் ஆத்மாக்கள் கணக்கிலடங்காமல் திசை கெட்டுத் தடுமாறித் திரிகின்றன என்று சிறுபிள்ளைப் பிராயத்தில் யாரிடமோ கேட்டிருந்தது அவளுக்கு ஞாபகத்துக்கு வந்தது. பனிப்பாறைகள் மீது உலாவித் திரியும் இந்தக் களைப்பறியாச் சாயைகளை ஊசிக் குளிர்காற்று விரட்டிவிரட்டி வேட்டையாடுகிறது என்று கதைகதையாகக் கேட்டதெல்லாம் நினைவுக்கு வந்தது. மலைப்பயம், மகா பயப்பிராந்தி அவளைப் பற்றிக்கொண்டது. அவளது குடிசை பயங்கரத்தைத் தரும் எட்டாத்தொலைவில், உச்சாணிச் சரிவில் இருப்பதாக அவளுக்குப் பட்டது. அந்த மலையுச்சியில் திரியும் மாயாவிச் சமுதாயம் கீழே இறங்கிவிட்டாலோ; என்ன நினைப்பு. தன்னந் தனியாக அந்தக் குடிசையில் அவள் வசிக்கிறாள். தனிமைப்பாடு என்ற அந்த நினைப்பு எப்பொழுதுமே அவள் மனதைத் தின்றுகொண்டிருந்தது. சோகப் படுதாவைப் போட்டு மூடியது. அதை நினைக்க அக்னேட்டாவுக்கு மனம் இன்னும் கொஞ்சம் சோகத்தில் அழுந்தியது. மனிதப் பூண்டற்ற இடத்தில் அவ்வளவு தொலைவில் வசிப்பதென்றால் கஷ்டந்தான்.

அவள் தனக்குள்ளாகவே பேசிக்கொள்ள ஆரம்பித்தாள். அந்த மலைத் தனிமையிலே இருந்திருந்து அவளுக்கு அந்தப் பழக்கம் வந்துவிட்டது. "அடியே நீ அங்கே அந்தக் குடிசையிலே உட்கார்ந்து நூற்றுத் தள்ளுகிறாய். பட்டினி கிடந்து மடியாமலிருக்க ஓயாமல் ஒழியாமல் நூற்றுநூற்றுச் சாகிறாய். நீ உசிரோடே இருப்பதால் யாருக்குச் சந்தோஷம்? ஏண்டி யாராவது இருக்காளா? உன்னுடையவர்கள் யாராவது உசிரோடே இருந்தால் ஒருவேளை அப்படி இருக்கலாம். இன்னும் கொஞ்சம் தள்ளி ஊருக்குப் பக்கத்திலே நீ குடியிருந்தா யாருக்காவது உபயோகமா இருக்காதா? நாயும் பூனையும்கூட உன்னுடன் வளரவொட்டாமல் உன் வறுமை தடுக்கிறது

வாஸ்தவந்தான். இருந்தாலும் அகதி என்று வருகிறவன் முடக்க இராத்திரி உன்னால் இடம் கொடுக்க முடியுமே. வழியைவிட்டு அவ்வளவு தள்ளி இருப்பார்களா? 'அம்மா நாக்கு வரளுது' என்று வருகிற நாடோடிக்கு ஒரு சிரங்கைத் தண்ணீராவது கொடுக்கலாமே. அப்படி இருந்தாலும் நாலு பேருக்கு உபகார மாப் பொழுதைக் கழிப்பதாக நீ திருப்திப்படலாமே."

அவள் பெருமூச்சுவிட்டாள். நூற்பதற்குச் சணல் நார் கொடுக்கும் குடியானப் பெண்கள் கூடத் தான் செத்துப்போனதாகக் கேள்விப்பட்டால் ஒரு பொட்டுக் கண்ணீர் விடுவார்கள் என்று நினைத்தாள். மனதிலே குறை வைக்காமே கடவுளுக்குப் பொதுவா உழைக்க அவள் முயன்றதில் சந்தேகமில்லை. அவளைவிடத் தொறனயா வேலையைச் செய்யக் கோடானுகோடி இருக்கவும் கூடும்.

சர்ச்சில் இத்தனை வருஷங்களாக அந்த மூலையில் அவள் உட்கார்ந்து கொண்டிருப்பதைப் பார்த்துப்பார்த்துக் கண்பூத்துப் போன உபதேசியாருக்கு அவள் அங்கே உட்கார்ந்திருக்கிறாளா இல்லையா என்பதில் அக்கறைகூட இருக்காது என்று மனதில் ஒரு நினைப்புத் தோன்ற அவளுக்கு அழுகை வந்தது.

'நான் செத்து மடிந்தவள்தான். நான் இருந்தால் என்ன, செத்தால் என்ன? அதில் யாருக்கு அக்கறை! குளிரும் – என்னைப் பனிக்கட்டியோடு பனிக்கட்டியாக உறைய வைத்து விட்டது. நானில்லாவிட்டாலும் என் நெஞ்சு அப்படிப்போச்சு. என்னைத் தேடுகிறவர்கள் என்று யாராவது ஒருத்தர் இருந்தால், நான் உபகாரமாக இருக்கக்கூடிய ஒருவரை நீ எனக்குக் காண்பித்துக்கொடுத்தால் நான் இப்படியே உடம்பைக் கீழே போட்டுவிட்டுச் செத்துப்போவேன்' என்று வானத்தை நோக்கி விரலை ஆட்டிப் பத்திரம் காட்டினாள்.

அந்தச் சமயத்தில் நெட்டநெட்டென்று வளர்ந்து முகத்தில் சந்தோஷக்களை அற்ற ஞானம் ததும்பும் முகதேஜஸ் கொண்ட சாமியார் அந்த வழியாக அவளை நோக்கி வந்தார். அவள் மனம் சங்கடப்பட்டிருக்கிறது என்பதைக் கண்டுகொண்டு போகும் திசையை விட்டுத் திரும்பி அவளுடன் நடக்கலானார்.

தான் உபகாரமாக இருக்கக்கூடிய ஒருவரைக் கடவுள் தன்னிடம் அனுப்பாவிட்டால் பனிப்பாறையில் சஞ்சரித்துத் திரியும் அந்த சஞ்சல ஜீவன்கள் போல ஆகிவிடப்போவதாக அவள் கூறினாள்.

“கடவுளால் அப்படிச் செய்ய முடியுமே” என்றார் சாமியார்.

“இந்த உசரத்தில் கடவுளுக்குச் சக்தி கிடையாது என்பது உங்களுக்குத் தெரியவில்லையா” என்றாள் அக்னேட்டா. “இங்கே குளிரைத் தவிர, தனிமையைத் தவிர வேறு ஒன்றுமில்லே” என்றாள்.

இவர்கள் மலைச்சரிவில் நெடிய தூரம் உயர ஏறிச்சென்றார்கள். பாசியும் ஊசிக்கதிர் போன்று இலைவிடும் குத்துச்செடிகளும் இருந்த பாதைவழியாக நடந்தார்கள். ஒருபுறம் சரிவு. பனிப்பாறையின் அடியிலே காணப்பட்ட குடிசையைக் கண்டார் சாமியார்.

“ஓகோ! அங்கேயா நீ குடியிருக்கிறாய்? அங்கே நீ தனியாக இல்லியோ, போதுமான ஆட்கூட்டம் இருக்குமே. அங்கே பாரு!”

இப்படிச் சொல்லிக்கொண்டே சாமியார் விரல்களை வளையம் போல் சுருள வளைத்துக்கொண்டு அதனூடே அவள் பார்ப்பதற்கு இசைவாக இடது கண் அருகில் காட்டினார். அக்னேட்டா பயந்துபோய்க் கண்களை மூடிக்கொண்டாள். “அங்கே எதுவாவது பார்க்கக் கூடியது இருந்தாலும் எனக்குப் பார்க்கப் பிரியமில்லை. இங்கே இருந்து தொலையறதே போதும்” என்றாள்.

“சரி போய்விட்டு வா. இன்னொரு தடவை பார்க்கலாம்னா முடியாது” என்றார் சாமியார்.

வார்த்தை, ஆசையைத் தட்டித் தூண்ட, வட்ட வளையத்தின் ஊடே பனி மூடிய மலையைப் பார்த்தாள். முதலில் ஒன்றும் தெரியவில்லை. அதிகமாக ஒன்றும்

செல்மா லாகர்லெவ் ◆ 21

தெரியவில்லை. பிறகு கொஞ்சங் கொஞ்சமாக வெள்ளையாக ஏதோ பனிக்கட்டி மேலே நடமாடுவது மாதிரி தெரிந்தது. முதலில் பஞ்சு என்று அவள் நினைத்தாள். லேசா நீல ஓட்டத்துடன் கூடிய சாயைகள் எல்லாம் பாவியான ஆத்மாக்கள். கோடானகோடி.

குறுகிக்கிடந்த கிழ அக்னேட்டா காற்றடிபட்ட இலை போல வெடவெடவென்று நடுங்கினாள். குழந்தைப் பிராயத்தில் அவள் கேட்டிருந்ததெல்லாம் அங்கே தெரிந்தது. செத்து மடிந்தவர்கள் துர்மரணப்பட்டவர்கள். அங்கே நித்தியமான குளிரிலே சொல்லவொண்ணாத உளைச்சல்களை அனுபவித்துக்கொண்டு திரிந்தார்கள். மீண்டும் பார்த்தாள். அந்தக் கூட்டத்தில் ஏறக் குறைய எல்லோரும் ஏதோ நீண்டு வெளுத்த ஒன்றைப் போர்த்தியிருந்தனர். ஆனால் தலைக்கும் காலுக்கும் மட்டிலும் ஒன்றுமில்லை. அங்கே கணக்கிலடங்காதோர் சஞ்சரித்துத் திரிந்தார்கள். அவள் பார்க்கப்பார்க்க மேலும் மேலும் கூட்டம் ஓய்வில்லாமல் வந்துகொண்டே இருந்தது. சிலர் நிமிர்ந்து நடை போட்டுத் தலைவணங்காமல் நடந்தார்கள். மற்றவர்கள் நடந்து செல்லுவதே குதித்துக்குதித்துப் போவது போல இருந்தது. அவர்கள் ஒவ்வொருத்தர் காலிலும் பனிக்கட்டி குத்தி இரத்தப் பிரவாகம் வழிந்தபடி இருந்தது.

கொஞ்சம் சூடு ஏறாதா என்று உடம்போடு உடம்பு ஒட்டி நெருங்க அவர்களில் பலர் முயன்றனர். ஆனால் சாவின் விறைத்துப்போன குளிர்ச்சிதான் அவர்களுடைய உடலை விட்டுப் படர்ந்தது. அதனால் அவர்கள் நெருங்கவும் பயந்து விலகிச் சென்றார்கள். மலை உச்சியிலே விளைந்த குளிர்ச்சி அவர்கள் உடலிலிருந்து பிறந்தது. அவர்கள் தான் பனிக்கட்டியை உருகவிடாதபடி செய்கிறார்கள். மூடுபனிக்கு இவ்வளவு ஊசிக் குளிர்ச்சி கொடுத்தார்கள் என்று நினைக்கும்படியாயிருந்தது.

சிலர் நடமாடாமல் பனியில் விறைத்துப்போய் வருஷக்கணக்காய் நிற்பது போலும் தென்பட்டது. அவர்களுடைய உடம்பின் மேல்பகுதிதான் தெரிந்தது. மற்றதெல்லாம் கட்டியுள் மறைந்து மூழ்கிக் கண்ணுக்குத் தெரியாமல் கிடந்தன.

பார்க்கப்பார்க்க கிழவிக்கு மனத்தில் பதட்டம் நின்றது. பயம் நீங்கியது. முன்போல் பயப்படாமல் துன்பப்படும் அந்த ஆத்மாக்களுக்காக அவள் பரிவு கொண்டாள். அவர்களுக்குத் தங்க இடமில்லை. வெட்டுண்டு சிதைந்த காலைத் தரிக்க இடமில்லை. அவர்களும் அந்தக் கொடும் குளிரில் ஈட்டிக்குத்து போல் உடம்பைத் துளைக்கும் குளிரில் எப்படி நடுங்குகிறார்கள்!

அந்தக் கூட்டத்தில் சிசுக்களும் உண்டு. அவர்கள் முகத்தில் இளங்களை மாறிவிட்டது. முகம் குளிரால் நீலம் பாரித்துப் போயிருந்தது. அவர்கள் விளையாடுவது போலத் தெரிந்தது. ஆனால் அவர்கள் மகிழ்ச்சியெல்லாம் செத்து மடிந்து கிடந்தது. அவர்கள் வெடவெடவென்று நடுங்கிக்கொண்டு தொண்டு கிழங்களைப் போல நடந்தார்கள். பையன்களும் பெண்களும் மாதிரியாகவா தெரிந்தது? அவர்களுடைய கால்களெல்லாம் பனிக்கட்டிகளையே நாடி அதன்மேல் ஊன்றுவது போலத் தெரிந்தது.

சாமியார் கையை எடுத்துவிட்டார். கிழவி கண்களுக்கு வெற்றுப் பனி வனாந்தரம் தவிர வேறு ஒன்றும் புலப்படவில்லை. அங்கும் இங்குமாகப் பனிக்கட்டி சில திக்காலுக்கு ஒன்றாகக் கிடப்பது போலத் தென்பட்டது. ஆனால் அவை மடிந்து மறைந்தவர்களின் உயிரையே அடக்கிவைத்திருந்தது. பனிப் பாறையில் நீலச்சாயம் பனிக்கட்டியில் சிக்கிக்கிடந்த உடம்பிலிருந்து வரவில்லை. பனிச் சிதள்களைக் காற்று எற்றி விரட்டியது. இருந்தாலும் வளையத்துக்குள் பார்த்ததெல்லாம் வாஸ்தவம் என்று நிச்சயித்துக்கொண்டு, "இவர்களுக்கு ஏதாவது உபகாரம் செய்வதற்கேதும் வழி உண்டா?" என்று கேட்டாள்.

"நன்மை செய்வதற்கு அன்புக்கு உரிமை கிடையாது என்றோ அல்லது பரிவுகொண்ட மனம் ஆறுதல் சொல்லக் கூடாது என்றோ கடவுள் எப்போதாவது தடை செய்திருக்கிறாரா?" என்று பதில் கேள்வி போட்டுப் பதில் அளித்தார் சாமியார்.

இப்படிச் சொல்லிவிட்டுச் சாமியார் தன் வழியே சென்றார். அக்னேட்டா வேகமாகத் தன் குடிசைக்கு நடந்தாள். போய் உட்கார்ந்து சிந்திக்க ஆரம்பித்தாள்.

பனிப்பாறையில் திசை கெட்டுத் திரியும் அந்தப்

பாவிகளுக்கு என்ன விதமாக உதவி செய்ய முடியும் என்பதை அவள் சாயங்கலம் முழுவதும் உட்கார்ந்து யோசித்தாள்.

தான் ஏகாங்கியாக இருப்பதை நினைக்க அவளுக்குப் போதில்லை.

மறுநாள் காலை அவள் கிராமத்துக்குச் சென்றாள். அவளுக்கு மனம் உள்ளுக்குள்ளாகவே பூரித்தது. வயசின் சுமை கழன்றுவிட்டது. போகும்போது தனக்குத்தானே பேசிக் கொண்டு நடந்தாள்.

"செத்துப்போனவர்களுக்கு சிகப்புக் கன்னமும் சிலுக்கு உடையும் வேண்டாம். உடம்பிலே கொஞ்சம் வெதுவெதுப்பு இருந்தால் போதும் என்று அல்லாடுகிறார்கள். சிறுசுகளுக்கு அந்நினைப்பேது? உலகத்தில் மீந்து நிற்கும் கிழடுகெட்டைகள் நெஞ்சைத் திறந்து காட்டி அழைக்காதுபோனால் மரணத்தின் எல்லையற்ற குளிர்க்கொடுமையிலே அவர்களுக்குத் தாரகம் ஏது?"

அவள் பலசரக்குக் கடையில் ஒரு பெரிய கட்டு மெழுகு திரி வாங்கினாள். குடியானத்தி ஒருத்தியிடம் ஒரு வண்டி விறகு கொண்டுவர உத்தரவு போட்டாள். என்றும் கொண்டு போவதைவிட இரட்டிப்புச் சுமை சணல் நூற்பதற்காக எடுத்துச் சென்றாள்.

சாயங்காலமாச்சு. வீட்டுக்குத் திரும்பினாள். வந்துவிட்ட பிற்பாடு ஜெபம் செய்தாள். தைரியமூட்டிக்கொள்ள தெய்வ கீதங்களைத் திரும்பத்திரும்பப் பாடினாள். இருந்தும் அது கீழ் நோக்கியே சாய்ந்தது. மனதில் நினைத்ததைச் செய்ய இந்தக் கோழைத்தனம் தடை செய்யவில்லை. தன்னுடைய படுக்கையைக் குடிசையின் உட்கூடத்தில் விரித்துப் போட்டாள். வெளிக்கூடத்திலிருந்த கணப்பு அடுப்பில் கைநிறைய விறகெடுத்துப்போட்டுப் பற்றவைத்தாள். இரண்டு மெழுகு திரிகளை ஏற்றி ஜன்னலில் வைத்தாள். வீட்டு வாசல் கதவை முடிந்த மட்டிலும் விரியத் திறந்துவைத்தாள். அப்புறம் அக்னேட்டா கிழவி போய்ப் படுத்துக்கொண்டாள்.

இருட்டில் கிடந்து சப்தம் கேட்கிறதா என்று காதைக் கூர்மையாக வைத்திருந்தாள்.

ஆமாம்; அதுகள் காலடிச் சத்தமாகத்தான் இருக்க வேண்டும்.

சில பனிப்பாறைகளில் வழுக்கிவருவதுபோல கேட்டது. வேறு யாரோ ஒருவர் முனங்கிக்கொண்டே உள்ளே நுழைவதற்குப் பயந்துபோய் குடிசையைச் சுற்றித் தயங்கி, தயங்கி நடப்பது போல் கேட்டது.

அக்னேட்டாவுக்கு இதற்குமேல் தாங்க முடியவில்லை. படுக்கையைவிட்டுத் துள்ளி எழுந்தாள். ஒரே ஓட்டமாக ஓடி வெளிக்கதவைப் படார் என்று இழுத்து மூடித் தாளிட்டாள். இதை யார் தாங்க முடியும்? ரத்தமும் சதையும் பயந்து துடிக்காமல் எப்படிச் சகித்துக்கொண்டு இருக்கும்?

குடிசைக்கு வெளியே ஒரு நெடிய பெருமூச்சுக் கேட்டது. கால் வலி தாங்கமாட்டாமல் தள்ளாடித் தள்ளாடி செல்லும் காலடிச் சத்தம் தூரத்தில் பனிப் பாறை நோக்கி மங்கி மறைவது கேட்டது. தேம்பித் தேம்பியழும் சப்தமும் – அவள் காதில் விழுந்தது. அப்புறம் ஒன்றுமே கேட்கவில்லை. அதற்கு அப்புறம் கிழவி அக்னேட்டாவுக்கு மனம் இருப்புக் கொள்ளாமல் தவித்தது.

வழக்கம்போல் தனக்குத்தானே பேசிக்கொண்டாள்.

'அடி முட்டாளே. மெழுகு திரிகள் அணைந்து போகுமே; அனலும் அணைந்துபோகுமே. அவை என்ன காசா. லேசா. நீ வடிகட்டின கோழை என்பதற்காக இத்தனையும் வீணாகி நாசமாகிறதா?'

அவள் மறுபடியும் படுக்கையைவிட்டு எழுந்திருந்தாள் உடம்பு நடுங்கியது. பல் கிட்டியடித்தது. வெளிக்கூடத்திற்கு வந்து வாசற் கதவை விரியத் திறந்தாள். மறுபடியும் போய்ப் படுத்துக்கொண்டு அவள் காத்திருந்தாள்.

இப்போது பயம் அகன்றுவிட்டது. அகதிகளை விரட்டி விட்டோமே, இனிமேல் தைரியமாகத் திரும்பிவருவார்களோ என்ற பயந்தவிர அவளுக்கு வேறு ஒரு கவலையுமில்லை.

பிறகு இருட்டில் கூப்பிட ஆரம்பித்தாள். சிறு பிராயத்தில் அவள் ஆடுமேய்த்துத் திரிந்தபொழுது மந்தைகளை அப்படித் தான் அழைப்பது வழக்கம்.

'என் குட்டிகளா, அருமைக் குட்டிகளா, வாருங்கள், வாருங்கள்' என்றழைத்தாள். மலைச் சிகரத்திலிருந்து குடிசைக்குள் நேராகப் பெருங்காற்று பாய்ந்தடித்தது போலிருந்தது.

கிழவியின் காதுக்குக் காலடிச் சத்தமோ அழுகைக் குரலோ கேட்கவில்லை. வீட்டுக்குள் நுழைந்த காற்றின் ஓலந்தான் கேட்டது.

'அவர்களைப் பயப்பட வைத்து விடாதே' என்று யாரோ சொல்லுவது போலக் கேட்டது.

கண்ணுக்குத் தெரியவில்லை. ஆனாலும் வெளியறையில் அது கொள்ளுமட்டும் கூட்டம் வந்திருப்பதாக அவள் உணர்ந்தாள். சுவர்கள் இற்று விழுந்துவிடுமோ என்று நினைக்கும்படி அவ்வளவு நெருக்கம். அப்போது கிழ அக்னேட்டா மனதில் மகிழ்ச்சியும் திருப்தியும் நிறைந்தது. கைகளை நெஞ்சில் மடக்கிவைத்துக்கொண்டு கண்ணுறங்கலானாள்.

விடிந்தபோது நடந்ததெல்லாம் சொப்பனம் என்று நினைத்தாள். ஏனென்றால் வெளி அறை பழையபடியேதான் இருந்தது. நெருப்பு எரிந்து எரிந்து அவிந்துவிட்டது. மெழுகு திரிகளும் அப்படியே. திரிகளில் சொட்டு மெழுகுகூட மிஞ்சவில்லை.

உயிரோடு இருக்கும்வரை அக்னேட்டா இந்தப்படியாகச் செத்தவர்களுக்காகப் பாடுபட்டாள். அவள் கஷ்டப்பட்டுப் பகல் முழுவதும் நூற்றாள். ஒவ்வொரு ராத்திரியும் வெளியறையில் நெருப்பேற்றிவைக்க இப்படி உழைத்தாள்.

அவள் சந்தோஷமாக வாழ்ந்தாள். ஏனென்றால் யாராவது ஒருவருக்கு உபகாரமாக வாழ முடிகிறது என்பது அவளுக்குத் தெரிந்திருந்தது.

பிறகு ஒரு ஞாயிற்றுக்கிழமை அவள் சர்ச்சில் வழக்கம் போல் உட்காருமிடத்தில் இருக்கவில்லை. கிராமத்துக்காரர்கள் என்னமோ ஏதோ என்று பார்த்துவர அவளுடைய குடிசைக்குப் போனார்கள். அவள் செத்துப் பிரேதமாகக் கிடப்பதைக் கண்டு அடக்கம் செய்வதற்காகச் சவத்தைக் கிராமத்துக்கு எடுத்துவந்தார்கள்.

அக்னேட்டாவின் சவத்துக்குப் பின்னால் கல்லறைத் தோட்டத்திற்கு வெகுபேர் போகவில்லை. கூடப்போனவர்கள் முகத்திலும் வருத்தமிருப்பதாகத் தெரியவில்லை. ஆனால் பெட்டியைக் குழிக்குள் இறக்கப்போகும்போது திடீரென்று கல்லறைத் தோட்டத்துக்குள் நெட்ட நெடிய, மகிழ்ச்சிக்களை யற்ற ஞானத்தேஜசுடைய சாமியார் நின்றார். பனிமூடிய மலையுச்சியைக் காட்டினார். கல்லறைக் குழியருகில் நின்றவர்கள் மலைச்சிகரம் முழுவதும் இளஞ்சிவப்புப் பூத்துச் சிகரம் முழுவதையும் பிரகாசமாக முழுக்காட்டியதைக் கண்டார்கள். சிகரத்தின் குறுக்கே சிறுசிறு ஒளித்திரள் வரிசை வரிசையாகச் செல்வதைக் கண்டார்கள். மெழுகு திரி ஊர்வலமாக நடந்து செல்வது போலிருந்தது. பனிப்பாறையில் அகதிகளாகத் திரியும் பாவிகளுக்குச் செத்துப்போன கிழவி வாங்கிய மெழுகு திரிகளின் தொகைக்கு அன்று வெளிச்சம் தெரிந்தது.

'கடவுளைத் துதிப்போமாக. தனக்காக வருந்த ஒருவரும் அற்ற அவள் மலைகளின் மகா தனிமையிலே நேசர்களைப் பெற்றுவிட்டாள்' என்றார்கள் ஜனங்கள்.

தமிழில்: புதுமைப்பித்தன்

செல்மா லாகர்லெவ்

(1848-1940)

(க.நா.சு. எழுதிய குறிப்பு)

ஐரோப்பிய இலக்கியங்களில் சிகரமாக ஸ்காண்டிநேவிய இலக்கியத்தைச் சொல்லலாம். ஸ்காண்டிநேவிய இலக்கியத்தின் முக்கிய வெளிப்பாடாக செல்மா லாகர்லெவ்வின் படைப்புகளைச் சொல்லலாம்.

இவர் 1848ல் பிறந்து 1940ல் தன் 82வது வயதில் மறைந்தார். 1891ல் இவரது முதல் நாவல் 'கெஸ்டா பெர்லிங்' வெளி வந்தது. 'போர்ச்சுகலியாவின் சக்கரவத்தி' 'லொவான்ஸ்கில்டின் கணையாழி', 'வில்லியக்ரோனாவின் வீடு' போன்ற இவரது நூல்கள் இவருக்குப் பெரும் புகழ் தேடித் தந்தன.

1906-ல் இவருக்கு இலக்கியத்திற்கான நோபல் பரிசு அளிக்கப்பட்டது. ஐரோப்பிய மொழிகள் அனைத்திலும் இவரது நூல்கள் மொழிபெயர்க்கப்பட்டுள்ளன.

ஸ்வீடிஷ் மொழி இலக்கியத்திலே 19–ம் நூற்றாண்டின் கடைசிப் பகுதிகளிலும் 20–ம் நூற்றாண்டின் தொடக்கத்திலும் பல நல்ல சிறு கதாசிரியர்கள் தோன்றினார்கள். அவர்களில் முதல்வர், சிறந்தவர் என்று ஆசிரியை ஸெல்மா லாகர்லெவ்வைச் சொல்வது வழக்கம். கவிதை நயத்துடன் மனித இதயத்தைத் தொடும் கதைகள் பல எழுதிய லாகர்லெவ்வின் கதைகளிலே அடிமைப்பெண் சிறந்ததொன்று.

மற்றொரு கதை, தேவ மலர். இது காதல் கதையல்ல. ஆனால் சுவாரசியத்தில் காதல் கதைகளுக்குச் சற்றும் தாழ்ந்ததல்ல. ஸ்காண்டிநேவிய இலக்கிய மேன்மைக்கு மிகச் சிறந்த உதாரணம் இக்கதை. நம் நாட்டுப் பண்டைய இலக்கியங்களைப் போல, ரஷ்யர்களின் இன்றைய கதைகளும் நாவல்களும் மனித உள்ளத்தை, மனித உள்ளத்தின் அடிப்படையைத் தொடுகின்றன என்றும் நாம் அறிந்துகொள்ள ஆரம்பித்து விட்டோம். ரஷ்யாவுடன் இலக்கியத்தில் போட்டி போடக் கூடிய ஒரு சிறு நாடு ஐரோப்பாவிலேயே இருக்கிறது என்பது நம்மில் பலருக்குத் தெரியாது. ஸ்காண்டிநேவிய தேசங்களில், ஸ்வீடன், நார்வே, டென்மார்க் என்று பல பகுதிகள் இருக்கின்றன. இந்தத் தேசங்கள் ஒவ்வொன்றிலும் இலக்கியம் அற்புதமாக அமைந்திருக்கிறது. ஐரோப்பிய இலக்கியத்தின் சிகரமாக ஸ்காண்டிநேவிய இலக்கியத்தைச் சொல்லலாம் என்பது அறிஞர் கருத்து.

ஸ்காண்டிநேவிய இலக்கியத்தின் ஒரு விசேஷ அம்சம், அது கடவுளை இன்னும் மறந்துவிடவில்லை என்பது தான். இந்த 20ஆம் நூற்றாண்டிலும் கடவுளை மறந்துவிடாதவர்கள் ஸ்காண்டிநேவியர்கள்தான் என்று சொல்வது

மிகையாகாது. அவர்களுடைய கலை எல்லா அம்சங்களிலும் விட்டு விலகி விடாமல் நிற்கிறது. மத விஷயமாகத்தான் அவர்கள் கதை எழுதுகிறார்கள் என்றில்லை. மதம் என்பது வெறும் சமூகக்கோப்பு. மனித உள்ளத்தின் அடிப்படைகளை மனிதன் மறக்காமல் காப்பாற்றுவது இன்று ஐரோப்பாவிலே ஸ்காண்டிநேவியர்களுடைய இலக்கியமும் மற்ற கலைகளும் கடவுளின் வழிவிட்டு விலகவில்லை என்பதே அவர்களுடைய கலை மேன்மைகளின் முக்கிய காரணம்.

ஸ்காண்டிநேவிய இலக்கியத்தின் மேன்மையான அம்சங்களனைத்தும் நிறைந்தது இக்கதை.

தேவமலர்

பல குற்றங்களைச் செய்து மாட்டிக் கொண்ட அந்தத் திருடன் தன் மனைவியுடனும் ஐந்து குழந்தைகளுடனும் தலைமறைவாகக் காட்டுப்பிரதேசத்தில் ஒரு ரகசியமான குகையில் வசித்து வந்தான். கீயிங்கே காட்டை விட்டு அவன் வெளியே வரமுடியாது. நகரவாசிகள் யாராவது கண்டுவிட்டால் அவனைப் பிடித்துக் கொண்டு விடுவார்கள். அதிகாரிகள் அவனைச் சிறையில் அடைத்து வாட்டி விடுவார்கள். காட்டுப் பிரதேசத்தில் யாராவது அந்நியர்கள் வந்து வழி தெரியாமல் மாட்டிக் கொண்டால் திருடன் அவர்கள் பொருளைப் பிடுங்கிக் கொள்ளுவான். பணக்கார அந்நியர்கள் கையில் பணத்துடன் அந்தக் காட்டுக்குள் வருவது கொஞ்சம் கொஞ்சமாக அரிதாகிக் கொண்டிருந்தது. கீயிங்கே காட்டில் வசித்து வந்த அத்திருடனின் பெருமை நாடெங்கும் பரவியிருந்தது. அதனால் யாருமே தக்க துணையில்லாமல் காட்டுக்குள் போகத் துணிவதில்லை.

ஒரு சமயம் பல நாட்களாகவே காட்டுக்குள் யாரும் வரவில்லை; வந்து திருடனிடம் மாட்டிக்

கொள்ளவில்லை. திருடனின் குடும்பம் சில நாட்கள் பட்டினியாகவே கிடந்தது. கடைசியில் திருடனின் மனைவி தன் குழந்தைகளையும் அழைத்துக் கொண்டு நாட்டிலே பிச்சை எடுத்து உணவு சேர்க்கக் கிளம்பினாள். அந்தக் குழந்தைகள் ஐந்தும் அறுதல் பழசான செருப்புகளும், ஆடைகளும் அணிந்திருந்தன. ஆனால் ஒவ்வொன்றின் கையிலும் ஒரு பெரிய பையைக் கொடுத்திருந்தாள் தாய்க்காரி. அந்தப் பைகள் ஐந்தும் நிறையும்படி பிச்சையெடுத்து உணவு கொண்டு வருவதாக அவள் உத்தேசம். ஐந்து பைகளும் நிரம்பிவிடும் என்பதிலும் சந்தேகமில்லை. ஏனென்றால், திருடனின் மனைவி பிச்சை என்று கேட்டால் இல்லை என்று சொல்ல அந்தப் பக்கத்தில் யாருக்குமே தைரியம் வராது. அவனிடம் ஜனங்களுக்கு அவ்வளவு பயம்.

இரவில் அவள் வந்து வீட்டிலோ, கொட்டகையிலோ தீ வைத்து விட்டால் என்ன செய்வது என்ற பயம். அவளையும் அவள், குழந்தைகளையும் மனிதர்களாகவே ஜனங்கள் மதிப்பதில்லை. ஓநாய்கள் என்றே மதித்தார்கள். ஓநாய்களையும் விட மோசமானவர்கள் என்றே மதித்தார்கள். ஒரே வீச்சில் அவர்களை வெட்டி வீழ்த்திவிட்டால் தேவலை என்றுதான் அவர்களுக்கு ஆசை. ஆனால் அப்படிச் செய்ய யாருக்கும் தைரியம் வரவில்லை. அவளை வெட்டி விடலாம். ஆனால் காட்டிலே இருந்தானே அவள் கணவன். எதற்கும் அஞ்சாதவன். சூரன். பயங்கரச்சித்தம் படைத்தவன். அவன் வந்து பயங்கர வஞ்சம் தீர்த்துக் கொள்வானே என்று எண்ணி பயந்தார்கள்.

திருடனின் மனைவியும், அவள் குழந்தைகளும் வீடு வீடாகப் புகுந்து பிச்சையெடுத்துக் கொண்டே வந்தார்கள். கடைசியில் ஊவிட் மாளிகையை அடைந்தார்கள். அந்தக் காலத்தில் ஊவிட் மாளிகை மதகுருமார்களின் மடமாக இருந்தது. மடத்தின் வெளிக்கதவு மணியை அசைத்துவிட்டுத் திருடனின் மனைவி பிச்சை கேட்டாள். அவள் குழந்தைகளும் உணவு கேட்டுக் குரல் கொடுத்தன. வாசற்காப்போன்

திட்டி வாசலைத் திறந்து ஆறு ரொட்டித் துண்டுகளை அவளிடம் அளித்தாள். அவளுக்கு ஒன்று. அவளுடைய ஐந்து குழந்தைக்கும் ஆளுக்கு ஒவ்வொன்று. இதை அவள் வாங்கிப் பையில் அடைத்துக் கொண்டு நிற்கும்போது அவளுடைய குழந்தைகள் அங்கும் இங்குமாக ஓடி ஆடித்திரிந்து கொண்டிருந்தன. அவள் ரொட்டித் துண்டுகளைப் பத்திரப் படுத்தி விட்டுத் திரும்ப யத்தனிக்கும் சமயம் அவளுடைய கடைசிக் குழந்தை மேலங்கியைப் பிடித்து இழுத்தது. அதற்கு “இங்கே வந்து பாரேன் விசேஷம் இருக்கிறது” என்று அர்த்தம் என்பது அவளுக்குத் தெரியும். அவள் தன் குழந்தையைப் பின்பற்றினாள்.

மடத்தைச் சுற்றி ஓர் உயர்ந்த சுவர் எழுப்பப்ட்டிருந்தது. உள்ளே என்ன இருந்தது என்று வெளியே தெரியாது. சுவரிலே ஒரு மூலையில் ஒரு சிறிய கதவு இருந்தது. அச்சமயம் அந்தக் கதவு திறந்திருந்தது என்பதை அச்சிறுவன் கண்டு விட்டான். இதை அறிவுறுத்தவே அவன் தன் தாயாரின் மேலங்கியைப் பிடித்து இழுத்தான். திறந்த கதவு வழியாக நுழைவது திருடனின் மனைவியின் பழக்கம். அவள் யாருடைய அனுமதியையும் எதிர்பார்ப்பதுமில்லை. கேட்பதுமில்லை. அந்த வாசல் வழியாகத் தன் குழந்தைகள் பின் தொடர அவள் உள்ளே புகுந்தாள்.

அந்த நாளில் ஊவிட் மடத்தின் தலைமை அப்பட் பதவி வகித்தவருக்கு குரு ஹான்ஸ் என்று பெயர். அவருக்கு தோட்டக் கலையிலும், மூலிகை புல்பூண்டு மலர்களிலும் அபாரமான பிரியம் உண்டு. மடத்துத் தோட்டத்தில் ஒரு மூலையில் அவர் வெகு அற்புதமான பலவித மூலிகைச் செடிகளையும், மலர் செடிகளையும் வைத்துப் பயிராக்கியிருக்கிறார். சிறிய தோட்டம் தான் அது. ஆனால் அதிலிருந்தே செடி கொடிகளையும், புல் பூண்டுகளையும் பல பிரதேசங்களிலிருந்து வெகுவாகச் சிரமப்பட்டு சேர்த்துக்கொண்டு வந்து வைத்து வளர்த்திருந்தார். திறந்திருந்த வாசல் வழியாக இந்தத் தோட்டத்திற்குள்தான் வந்தார்கள் திருடனின் மனைவியும், அவள் குழந்தைகளும்.

இந்த அழகான சிறுதோட்டத்தைக் கண்டு திருடனின் மனைவி முதலில் ஆச்சரியமடைந்து சில விநாடிகள் ஸ்தம்பித்து அப்படியே நின்று விட்டாள். காலம் நடு வஸந்த காலம். செடிகளும், கொடிகளும் பசுமையாக இருந்தன. சிவப்பும், நீலமும் மஞ்சளுமாக ஆங்காங்கே விதவிதமான மலர்கள் மலர்ந்து மனசையும், கண்களையும் ஒருங்கே மயக்கின. தோட்டத்தைக் கண்ட வினாடி முதலே திருடனின் மனைவி தன் மனசைப் பறிகொடுத்து விட்டாள் – திருப்தியும், மகிழ்ச்சியும் அவள் முகத்திலே மலர்ந்தன. பாத்திகளுக்கிடையே வளைந்து வளைந்து செல்லும் பாதை வழியாக நாலாபக்கமும் பார்த்துக் கொண்டே நடக்கலானாள்.

மடத்தைச் சேர்ந்த சிஷ்யர்களில் ஒருவன் தோட்டத்தில் களை பிடுங்கிக் கொண்டிருந்தான். தோட்டத்துக் கதவைத் திறந்து வைத்திருந்தவன் அவன்தான். தான் பிடுங்கிய விழலை வெளியே எறிவதற்காகவே அவன் அந்தக் கதவைத் திறந்து வைத்திருந்தான். திருடனின் மனைவியும், அவள் குழந்தைகளும் அக்கதவு வழியாகத் தோட்டத்துக்குள் வந்ததை அவன் முதலில் கவனிக்கவில்லை. ஆனால் கவனித்தவுடன் எழுந்து ஓடி வந்து, “வெளியே போ, வெளியே போ” என்று கத்தினான். ஆனால் அவன் அப்படிக் கத்தியதையோ, அவன் வந்ததையே கவனிக்காதவள் போலவே திருடனின் மனைவி தோட்டத்தின் அழகுகளைப் பார்த்துக் கொண்டே மேலே நடந்தாள். ஒரு நிமிஷம் வெள்ளை அரும்புகளின் பாத்தி ஓரமாக நின்று தலையைச் சாய்த்துக் கொண்டு பார்த்தாள். அடுத்த நிமிஷம் நிமிர்ந்து மடாலயத்தின் சுவரில் படர்ந்து ஏறிய புல்லுருவியைக் கவனித்தாள். மடத்தின் சிஷ்யனைக் கவனிக்கவேயில்லை. அவளுக்கு காது கேட்கவில்லை என்று எண்ணினான் அந்த சிஷ்யன் அல்லது தான் சொன்னது அவளுக்குப் புரியவில்லையோ என்று யோசித்தான். கையைப் பிடித்து இழுத்துக் கொண்டு போய் அவளை வெளியே விட்டு விட்டு வருவது என்று எண்ணியவனாக அவன் அவளை அணுகினான். ஆனால் அந்தச் சமயம் அவள் நிமிர்ந்து அவனை ஒரு பார்வை பார்த்தாள். அந்தப் பார்வையின்

முன் சோர்ந்து போய் பின் வாங்கினான் சிஷ்யன். இவ்வளவு நேரம் முதுகில் இருந்த மூட்டையின் கனத்தால் குனிந்து கூனியபடியே நடந்து கொண்டு வந்த அவள் நேராக நிமிர்ந்து நின்று சொன்னாள். “நான் கீயிங்கே காட்டுத் திருடனின் மனைவி. உனக்குத் தைரியமுண்டானால் நீ என் மேல் கை வைக்கலாம்” என்றாள்.

அவள் இதைச் சொன்ன குரல் எப்படியிருந்தது தெரியுமா? டென்மார்க் தேசத்து ராணியே அவ்வளவு பெருமையுடன் தான் யார் என்பதை சொல்லியிருக்க மாட்டாள். அது மட்டுமா? தான் யார் என்று அறிந்தவுடன் அந்த மடத்து சிஷ்யன் அலறிக் கொண்டு ஓடிவிடுவான் என்று அவள் எதிர்பார்த்தாள் போலும். அவள் யார் என்று அறிந்த பின்னரும் அந்த சிஷ்யன் தயங்கவில்லை. அவளைக் கையைப் பிடித்து வெளியே இழுத்துக் கொண்டுபோய் விட்டு விடுவது என்கிற எண்ணத்தை விட்டு விட்டானே தவிர, அவளை வெளியே போகச் சொல்வதை நிறுத்தவில்லை.

“இதோ பார் நீ கீயிங்கே காட்டுத் திருடனின் மனைவியாக இருக்கலாம். ஆனால் இது மதகுருமாரும், அவர்களுடைய சிஷ்யர்களும் வசிக்கும் இடம். இங்கு ஸ்திரிகள் வரக்கூடாது. நீ போய்விடு. நீ இப்பொழுதே போகாவிட்டால் கதவைத் திறந்து வைத்திருந்த குற்றத்திற்காக குருமார் என்னிடம் கோபித்துக் கொள்வார்கள். அந்தக் குற்றத்துக்காக என்னை மடத்திலிருந்து வெளியே துரத்தி விடுவார்கள்” என்றான் மடத்து சிஷ்யன்.

இந்த மாதிரிப் பேச்செல்லாம் திருடனின் மனைவி காதில் ஏறவேயில்லை. அவள் தன் பாட்டில் பாத்திகளுக்கிடையே உல்லாசமாக உலாத்திக் கொண்டிருந்தாள். ஹிஸ்ஸம் பாத்தியண்டை நின்றாள் சிறிது நேரம் – நீல ஹிஸ்ஸம் புஷ்பங்களைப் பார்த்துக் கொண்டு. அடுத்த நிமிஷம் ஆரஞ்சு நிறமான காலை மந்தாரைப் புஷ்பங்களை நோக்கித் தன் கண்களைத் திருப்பினள்.

சிஷ்யனுக்கு என்ன செய்வது என்று தெரியவில்லை. கடைசியில் அவளை வெளியே துரத்த உதவி கொண்டு வர வேண்டி மடத்துக்குள் ஓடினான். திடகாத்திரமான

இரண்டு குருமார்களுடன் வெளியே வந்தான். அவர்களைக் கண்டவுடனேயே அவர்களுடைய உத்தேசம் திருடனின் மனைவிக்குத் தெரிந்து விட்டது. கால்களை ஊன்றிப் பாதையில் நிமிர்ந்து நின்று கொண்டு உரத்த குரலில் பேச ஆரம்பித்தாள். தோட்டத்தில் தன்னை இஷ்டப்படித் திரிய விடாவிட்டால், அந்த மடத்தையே அழித்து விடுவேன், கொளுத்தி விடுவேன், தீர்த்துவிடுவேன் என்று கூப்பாடு போட்டாள். தான் தோட்டத்தைப் பார்வையிடுவதில் அவர்களுக்கு என்ன நஷ்டம் என்றாள். அவள் பயமுறுத்தல்களுக்கெல்லாம் அஞ்சுவதாக இல்லை மதகுருமார். அவளை அலக்காகத் தூக்கி வெளியே கொண்டு போய்ப் போட்டு விடுவது என்ற உத்தேசத்துடன் அவளை அணுகினார்கள்.

ஆனால் அவர்கள் தன்னை அணுகும் வரையில் காத்திருக்கத் தயாராக இல்லை திருடனின் மனைவி. ஒரு பயங்கரமான கூச்சலுடன் திடீரென்று கைகளையும், கால்களையும் விசிறிக் கொண்டு அவர்கள் மேல் பாய்ந்து வந்தாள் அவள். அடித்தாள். குத்தினாள். உதைத்தாள். கூச்சலிட்டாள். அவளுடைய ஐந்து குழந்தைகளும் சந்தோஷ ஆரவாரத்துடன் வீரப்போர் புரியத் தயாராக வந்து கலந்து கொண்டன. மதகுருமார் இருவரும், சிஷ்யன் ஒருவனும் அதி சீக்கிரமே தோல்வியை ஒப்புக் கொண்டு புது ஆள் பலம் கொண்டு வரப் பின்னிட்டனர்.

மடத்துக்குள் செல்லும் பாதையிலே அவர்கள் வேகமாக ஓடிக் கொண்டிருக்கையில் எதிர்ப்பட்டார் மடாலயத்தின் அதிபதி அப்பட் ஹான்ஸ். தோட்டத்திலிருந்து எழுந்த கூச்சல் அவர் காது வரை எட்டி, என்ன விஷயம் என்று விசாரிக்க அவர் அதிவேகமாக விரைந்து கொண்டிருந்தார். கீயிங்கே காட்டுத் திருடனின் மனைவி தோட்டத்தில் புகுந்து விட்டதாகவும், மூவரும் சேர்ந்தும் அவளை அப்புறப்படுத்த முடியவில்லை என்றும், துணைக்கு இன்னும் சிலரை அழைத்து வரப் போய்க் கொண்டிருப்பதாகவும் அவரிடம் தெரிவித்தனர் மதகுருமாரும் சிஷ்யனும்.

உதவிக்கு ஆள் கூப்பிட வேண்டாம் என்றார் அப்பட்ஹான்ஸ். அவளைப் பலவந்தமாக அப்புறப்படுத்த முயன்றதே தவறு என்றார் அவர். இரண்டு மதகுருமார்களையும், "போய் உங்கள் வேலையைக் கவனியுங்கள்" என்று கடிந்து அனுப்பி விட்டு, அந்தக் கிழ அப்பட் சிஷ்யப் பிள்ளையை மட்டும் தன்னுடன் அழைத்துக் கொண்டு தோட்டத்துக்குள் வந்தார்.

திருடனின் மனைவி இன்னும் தோட்டத்திலேதான் இருந்தாள். பாத்தி பாத்தியாகப் பார்த்துக் கொண்டே நின்றாள். அவளை ஆச்சரியத்துடனும், சற்று மகிழ்ச்சியுடனுமே கவனித்தார் அப்பட்ஹான்ஸ். அவள் அந்த மாதிரித் தோட்டத்தை அதற்கு முன் எங்கேயும் கண்டிருக்க முடியாது என்பது என்னவோ நிச்சயம். அதுபற்றி அப்பட்ஹான்ஸுக்கு சந்தேகமேயில்லை. ஆனால் ஏதோ தினம் தனக்குப் பழக்கமான காரியத்தைச் செய்வது போல் அவள் பாத்தி பாத்தியாகப் பார்த்துக் கொண்டே வந்தது அவருக்கு ஆச்சரியமாக இருந்தது. பழைய நண்பர்களைப் பார்ப்பது போல அவள் சில செடிகளைப் பார்த்தாள்; சில மலர்களைப் பார்த்துத் தலையை ஆட்டினாள்; சில செடிகளைத் தடவிக் கொடுத்தாள். அவள் முகத்திலே படர்ந்திருந்த ஆனந்தத்தைக் காணக் காண அப்பட்ஹான்ஸுக்கு இன்பமாக இருந்தது.

மதகுருமார் – அதுவும் மடாதிபதிகள் அநித்தியமான வஸ்துக்களின் மேல் ஆசை வைக்கக்கூடாது தான் எனினும் நமது மதகுரு அப்பட்ஹான்ஸ் தனது தோட்டத்தின் பேரில் அளவு கடந்த ஆசை வைத்திருந்தார். எவ்வளவோ சிரமப்பட்டுத் தேடிப்பிடித்துத் தன் கையாலேயே நட்டு வைத்து, தண்ணீர் ஊத்தி வளர்த்த செடிகள் பல இருந்தன. அந்தத் தோட்டத்திலேயே தன்னைப் போலவே அவளும் அந்தத் தோட்டத்தின் அழகிலே ஈடுபட்டிருப்பதைக் கண்டு அப்பட்ஹான்ஸ் சந்தோஷப்பட்டார். அவளைப் பார்த்தால் பயங்கரமான காட்டு மிராண்டி போலத்தான் இருந்தது. ஆனால் தன் தோட்டத்தின் அழகைக் காண்பதற்காக அவள் மூன்று பேருடன் தனியாகப் போராடி ஜெயித்தாள் என்று

எண்ணும் போது அப்பட்ஹான்ஸுக்குத் தன் தோட்டத்தைப் பற்றிச் சற்றுப் பெருமையாகவே இருந்தது. அவர் அவளை அணுகித் தாழ்மையுடனே கேட்டார். "இந்தத் தோட்டம் உனக்குப் பிடித்திருக்கிறதா" என்று.

திருடனின் மனைவி எது வந்தாலும் எதிர்ப்பது என்ற திடசித்தத்துடன் திரும்பினாள். ஏதோ பேச்சுக் கொடுத்து ஏமாற்றி தன்னைக் குண்டுக்கட்டாக வெளியேற்றி விடுவார்கள் என்று எதிர்பார்ப்பவள் போல் அவள் தயாராகத் திரும்பினாள். ஆனால், அப்பட்ஹான்ஸின் தலைமயிர் தூய வெள்ளையாக இருந்தது. அவர் குரலைப் போலவே அவர் தேகமும் மெலிந்திருந்தது. அவள் அமைதியாகவே பதிலளித்தாள்.

"இதைவிட அழகான தோட்டத்தை நான் கண்டதில்லை என்றுதான் முதலில் நினைத்தேன், ஆனால்..."

"ஆனால் என்ன?" என்றார் அப்பட்ஹான்ஸ்.

"ஆனால் இதைவிட அழகான தோட்டம் ஒன்றை நான் பார்த்திருக்கிறேன். அதனுடன் இதை ஒப்பிடுவதற்கேயில்லை" என்றாள் திருடனின் மனைவி சாந்தமாக.

அப்பட்ஹான்ஸ் இந்த மாதிரியான பதிலை எதிர்பார்க்க வில்லை. தன்னுடையதை விட அழகான தோட்டத்தைப் பார்த்திருப்பதாக அவள் சொன்னவுடனே அவருடைய முகம் சற்றே சிவந்தது. என்ன பதில் அளிப்பது என்று அறியாமல் சற்று மௌனமாக நின்றார். அவர் அண்டையில் நின்ற சிஷ்யன் சற்றுப் பதட்டமாக அதட்டலாகவே சொன்னான். "இது யார் தெரியுமா? இம்மடத்தின் அதிபதியான அப்பட்ஹான்ஸாக்கும், இவர். எவ்வளவோ சிரமப்பட்டு நாடெல்லாம் தேடித் திரிந்து மூலிகைகளையும், மலர்களையும், கொடிகளையும், செடிகளையும் இங்கு கொண்டு வந்து சேர்த்திருக்கிறார். பைத்தியக்காரி நீ. உனக்கு என்ன தெரியும்? இந்த மாதிரி தோட்டம் இந்த தேசத்திலேயே கிடையாது. தெரியுமா? நீ ஏதோ காட்டிலே வசிப்பவள். எவ்விதமான தோட்டத்தையுமே கண்டறியாதவள். இதைப் பற்றி அபிப்பிராயம் சொல்ல உமக்கு என்ன தெரியும்?"

“உன்னையோ, உன் மடத்து அதிபதியையோ தாழ்மைப்படுத்த நான் விரும்பவில்லை” என்று பதில் அளித்தாள் திருடனின் மனைவி. “ஆனால் எனக்குத் தெரியும் ஒரு தோட்டம். இந்தக் கண்களால் அதைப் பார்த்திருக்கிறேன். அந்தத் தோட்டத்தை மட்டும் நீங்கள் பார்த்திருப்பீர்களானால் இது என்ன தோட்டம் என்று நீங்களே வெட்கப்பட்டு இதிலுள்ள செடிகளையெல்லாம் பிடுங்கி எறிந்து விடுவீர்கள்” என்றாள்.

மடத்துத் தோட்டத்தைப் பற்றி அப்பட்ஹான்ஸைப் போலவே அந்தச் சிஷ்யனும் பெருமை கொண்டவன். காட்டில் வசிக்கும் ஒரு காட்டுமிராண்டி இப்படிச் சொன்னதைக் கேட்டு அவன் நகைத்தான். அதேசமயம் அவனுக்குக் கோபமும் அளவு கடந்து வந்தது.

“ஆமாம் உங்க காட்டிலே இதைவிட அழகான தோட்டம் இருக்கு. போடி போ, பைத்தியக்காரி. கடவுளின் மேல் ஆணையாகச் சொல்கிறேன். நீ ஒரு தோட்டத்தைப் பார்ப்பது இதுவே முதல் தடவை என்று நான் நினைக்கிறேன்” என்றான் அவன்.

திருடனின் மனைவிக்குக் கோபம் வந்தது – தன் வார்த்தைகளைப் பொய் என்று ஒருவன் சொல்கிறானே என்று “உண்மைதான்” என்றாள் கோபமாக. “நான் இன்று வரை மனிதனால் நிர்மாணிக்கப்பட்டத் தோட்டத்துக்குள் போய் பார்த்ததில்லை என்பது உண்மையே. ஆனால் தோட்டம் என்றால்... நீங்கள் புனிதமான வாழ்க்கை நடத்துபவர்கள் மதகுருக்கள், அவர்களின் சிஷ்யர்கள் நீங்கள் கேள்விப்பட்டதில்லையா? பிரதி வருஷமும் கிறிஸ்துமஸுக்கு முந்திய இரவு வஸந்தகாலம் போல கீயீங்கே வளம் பூத்துக் குலுங்குகிறது என்று நீங்கள் கேள்விப்பட்டதில்லையா, பார்த்ததும் இல்லையா? நடு மாரிக்காலத்தில் நமது கிறிஸ்துவின் பிறப்பின் ஞாபகார்த்தமாக, கிறிஸ்து அர்ப்பணமாக வஸந்தகாலம் தோன்றி மரமும் செடியும் கொடியும் பூத்துக் குலுங்கும் என்று நீங்கள் அறிந்ததில்லையா? காட்டில் வசிக்கும்

நாங்கள் பிரதி வருஷமும் இந்த விஷயத்தைக் கண்டிருக்கிறோம். என்ன அற்புதமான புஷ்பங்கள். என்ன அழகான வர்ணங்கள். எவ்வளவு இன்பகரமான வர்ண விஸ்தாரங்கள் அடாடா. நாவால் சொல்லி மாளாது. கைநீட்டி அந்தப் புஷ்பங்களில் ஒன்றைப் பறிக்கவும் மனசு வராதே. அவ்வளவு அழகு.”

மதகுருவின் சிஷ்யன் ஏதோ பதில் சொல்ல வாயெடுத்தான். ஆனால், ‘ஒன்றும் சொல்லதே, பேசாதிரு’ என்று அப்பட்ஹான்ஸ் கையைக் காட்டினார். கீயிங்கே வனம் நடுமாரியில் கிறிஸ்துமஸ் தினத்தன்று கிறிஸ்துவின் பிறப்பைக் கொண்டாடுவதற்காக வஸந்த ஆடை தரிக்கிறது என்கிற கதையை அவர் இளவயசி லிருந்தே கேள்விப்பட்டதுண்டு. அந்தச் சமயத்தில் வனத்தைப் பார்க்க வேண்டுமென்று அவர் பல தடவைகளில் ஆசைப்பட்டதுமுண்டு. ஆனால் காண நேர்ந்ததில்லை. இப்பொழுது அதைப் பார்க்க ஒரு சந்தர்பபம் கிடைக்கும்போல் இருந்தது. கிறிஸ்துமஸ் தினத்தன்று தன்னை அழைத்துப் போய் அந்த வித்தையைக் காட்ட வேண்டும் என்று திருடனின் மனைவியிடம் அவர் வேண்டிக் கொண்டார். அவளுடைய குழந்தைகளில் ஒருவனை வழிகாட்டுவதற்கு அனுப்பினால் வருவதாகக் கூறினார். தனியாக வருவதாகவும், தன்னால் அவளுடைய குடும்பத்துக்கு எவ்விதமான கெடுதியும் வராது என்றும் சொன்னார். கெடுதிவராது என்பது மட்டுமல்ல. திருடனுக்கும், அவன் குடும்பத்துக்கும் தன்னாலான உதவி செய்வதாகவும் வாக்களித்தார்.

முதலில் திருடனின் மனைவி தயங்கினாள். அப்பட்ஹான்ஸ் மூலமாகத் தனது கணவனுக்கு ஏதாவது ஆபத்து நேர்ந்து விட்டால் என்ன செய்வது என்று பயந்தாள். காட்டில் தங்களுடைய வாசஸ்தலத்தை அறிந்து கொண்டு அப்பட்ஹான்ஸ் காட்டிக் கொடுத்துவிட்டாரானால்..! ஆனால் தன்னுடைய கிறிஸ்துமஸ் தோட்டத்தை அவருக்குக் காட்ட வேண்டும்மென்ற விருப்பம் மேலோங்கி நின்றது. கடைசியில் ஒப்புக் கொண்டாள். நிபந்தனைகளும் விதித்தாள்.

“நீங்கள் ஒருவரை மட்டுமே உடன் அழைத்து வரலாம். வேறு யாரையும் அழைத்து வரக்கூடாது. புனிதமான

மதகுருவாகிய நீங்கள் எங்களை ஏமாற்றி அதிகாரிகளிடம் காட்டிக் கொடுப்பதில்லை என்று வாக்களிக்க வேண்டும். எங்கள் வாசஸ்தலத்தையும், அதை அணுகும் வழியையும் காட்டிக் கொடுக்கக் கூடாது."

அப்பட்ஹான்ஸ் அப்படியே சத்தியம் செய்து கொடுத்தார். திருடனின் மனைவி கடைசித் தடவையாகத் தோட்டத்தை ஒருமுறை சுற்றிப் பார்த்து விட்டுக் கிளம்பினாள். தாங்கள் இப்படிக் கிறிஸ்துமஸ் தினத்துக்கு ஏற்பாடு செய்திருப்பதை ஒருவரிடமும் சொல்லக்கூடாது என்று தன் சிஷ்யனுக்குக் கட்டளையிட்டார். வெளியில் தெரிந்து விட்டால் காரியம் நடக்காது. கிழவனாகிய அவரைத் தனியே அனுப்ப, அதுவும் கீயிங்கே காட்டில் திருடனின் குகைக்கு அனுப்ப, மடத்தைச் சேர்ந்தவர்கள் அனுப்ப மாட்டார்கள் என்று பயந்தார் கிழ மதகுரு அப்பட்ஹான்ஸ்.

இந்த விஷயம் பற்றி அவராகவே யாருடனும் பேசுவதும் இல்லை. பேசியும் இருக்க மாட்டார். ஆனால் ஒரு நாள் ஒண்டு நகரில் இருந்து ஆர்ச் பிசப்பு அப்ஸலன் வந்திருந்தார். ஊவிட் மடத்தில் ஓர் இரவு தங்கினார் அப்பட்ஹான்ஸ் பெருமையுடன் சாயங்கால வேளையில் தனது தோட்டத்தை ஆர்ச் பிஷப்பு அப்ஸ்லனுக்குக் காட்டிக் கொண்டிருந்தார். அன்று அவருக்கு என்னவோ ஞாபகம் வந்தது. முன் தோட்டத்தில் வேலை செய்து கொண்டிருந்த அதே சிஷ்யனே இன்னும் தோட்டத்தில் வேலை செய்து கொண்டிருந்தான். அப்பட்ஹான்ஸ் அந்த விஷயத்தை ஆர்ச் பிஷப்பிடம் சொல்வது அந்த சிஷ்யன் காதில் விழுந்தது.

முதலில் கீயிங்கே காட்டில் வசித்து வந்த திருடனைப் பற்றி அவர் பேச்செடுத்தார். அவன் பிரஷ்டம் செய்யப்பட்டு எவ்வளவோ வருஷங்களாகி விட்டன. நகரை விட்டுத் துரத்தியதால் அவன் பேரில் ஏற்பட்டிருந்த அபக்கியாதியை நீக்கி அவனை மறுபடியும் மனிதர்களிடையே மனிதனாக நடமாட அனுமதிக்க வேண்டும் என்று தான் விரும்புவதாகக் கூறினார் அப்பட்ஹான்ஸ். "ஆர்ச் பிஷப்பு மன்னிப்புக் கடிதம்

கொடுத்துவிட்டால் போதும். அவன் – நகரப்பிரஷ்டம் செய்யப்பட்டு இவ்வளவுநாள் காட்டில் கஷ்டப்பட்ட அத்திருடன் – மீண்டும் மனிதனாகி விடுவான். அவனைத் தனிமனிதனாக்கிக் காட்டுக்கு அனுப்பியது தவறு என்றாகிவிட்டது. அவன் பிள்ளைகள் அவனைவிடச் சூரர்களாக இருக்கிறாரகள். ஒரு திருடன் இருந்தது போதாதென்று இப்போது ஐந்து பக்காத் திருடர்கள் ஆகிவிட்டார்கள்” என்றார் அப்பட்ஹான்ஸ்.

அயோக்கியனை மீண்டும் யோக்கியர்களிடையே நடமாட விடுவது தவறு என்றார் ஆர்ச்பிஷப் அப்ஸலன். அவன் காட்டிலே வசிப்பதுதான் உலகத்துக்கே ஷேமம் என்றார் அவர்.

இதைக் கேட்ட அப்பட்ஹான்ஸ் அந்தத் திருடனை மன்னிக்கத்தான் வேண்டும் என்று உத்ஸாகத்துடன், ஆர்வத்துடன் பேசத் தொடங்கி விட்டார். பேச்சு மும்முரத்தில் அவர் கீயிங்கே காட்டைப் பற்றியும், அதில் ஒவ்வொரு மாரியிலும் கிறிஸ்துமஸ் சமயத்தில் வஸந்தம் விளையாடுகிறது கிறிஸ்துவைக் கௌரவிப்பதற்காக என்றும், அந்தக் காட்சியைத் திருடன் என்று ஜனங்களால் பிரஷ்டம் செய்யப்பட்ட அவன் பிரதி வருஷமும் காண்கிறான் என்று சொன்னார். “அவன் திருடன் என்று நம்மால் ஒதுக்கப்பட்டவன். கடவுளின் விந்தைகள், மாயங்கள், பெருமைகள் நமக்குப் புலப்படுவதற்கு அதிகமாகவே அவனுக்குப் புலப்படுகின்றன என்றால் நம்மைவிட அவன் தேவலை என்று ஏற்படவில்லையா? கடவுள் அவனை ஒதுக்கவில்லை என்றும் ஏற்படவில்லையா?” என்றார்.

இதற்கு என்ன பதில் சொல்லாம் என்று ஆர்ச்பிஷப் நன்கு அறிந்திருந்தார். சற்றும் தயங்காமலே பதில் அளித்தார். “அப்பட்ஹான்ஸ் இது ஒன்று மட்டும் நான் உங்களிடம் சத்தியமாகச் சொல்கிறேன். ஏதோ கிறிஸ்துமஸ் சமயத்தில் வஸந்த மலர்கள் அத்திருடன் குகையில் பூக்கின்றன என்கிறீரே, அந்த மலரில் ஒன்றைக் கொண்டு வந்து என்னிடம் காட்டும். அன்றே அந்தத் திருடனையும், அவன் குடும்பத்தையும் மன்னித்து திரும்பவும் சமூகத்தில் ஏற்றுக் கொள்ளச் செய்கிறேன்.”

இதைச் சொல்லிவிட்டு ஆர்ச்பிஷப் லேசாகச் சிரித்தார்.

இத்தனையும் கேட்டுக் கொண்டிருந்த சிஷ்யனுக்குத் தெரிந்து விட்டது. இந்தக் கிறிஸ்துமஸ் தோட்டக் கதையை ஆர்ச்பிஷப்பும் தன்னைப் போலவே நம்பவில்லை என்று. ஆனால் அப்பட்ஹான்ஸுக்கு இம்மாதிரி சிந்தனைகள், சந்தேகங்கள் ஒன்றும் இல்லை. இந்த விந்தையை பார்க்கத்தான் போகிறோம் என்று நிச்சயமிருந்தது. எனவே ஆர்ச்பிஷப்புக்கு வந்தனம் சொன்னார். அத்திருடன் மேல் பச்சாதாபம் கொள்வதாக வாக்களித்ததற்காக கூடிய சீக்கிரமே ஆர்ச்பிஷப் கேட்ட அந்த மலரைக் கொண்டு வந்து தருவதாகவும் சொன்னார். கிறிஸ்துமஸுக்கு முந்திய தினம் கீயிங்கே வனத்துக்குக் கிளம்பிவிட்டார் அப்பட்ஹான்ஸ். திருடனின் மனைவி தான் சொல்லிவிட்டு வந்ததை மறந்துவிடாமல் தன்னுடைய குழந்தைகளில் ஒருவனை அனுப்பியிருந்தாள், அவருக்கு வழிகாட்ட. அன்று தோட்டத்தில் களைபிடுங்கிக் கொண்டிருந்த அதே சிஷ்யப்பிள்ளை பின்தொடர, திருடனின் வாண்டுப் பயல் முன்னே வழிகாட்டிக் கொண்டு ஓட அப்பட்ஹான்ஸ் கீயிங்கே வனத்துக்குள் பிரவேசித்தார்.

இந்தப் பிரயாணத்தை மிகவும் ஆவலுடன் எதிர்பார்த்துக் கொண்டிருந்தவர் அப்பட்ஹான்ஸ். திருடர்களின் கண்ணுக்குப் புலனாகித் தன்னைப் போன்ற புனிதமான மடாதிபதிகளுக்குக்கூடப் புலனாகாத அந்த தெய்வீகமான வஸந்தக் காட்சியைக் காண அவர் துடியாய்த் துடித்துக் கொண்டிருந்தார். அவருடன் வந்த சிஷ்யனுக்குத்தான் சற்றுப் பயமாக இருந்தது. அவனுக்குத் தன்னுடைய குருவிடம் அபாரமான பிரேமை. அது காரணமாகத்தான் அவன் குருவுக்குக் காவலாக வந்திருக்கிறான். வேறு யாருடனும் அவரைச் சேர்த்து அனுப்ப அவனுக்குத் தைரியமில்லை. என்ன நேர்ந்துவிடுமோ என்று பயம். ஆனால் அவனுக்கு உள்ளூர ஒரு நிச்சயம். கீயிங்கே காடு மாரிக்காலத்தில், கிறிஸ்துமஸுக்கு முந்திய இரவு வஸந்தகாலம் பூணுகிறது என்பது கட்டுக்கதை என்று தான் அவன் நம்பினான். திருடனின் மனைவி ஏதோ கதைத்தாள். அது தவிர வேறு ஒன்றுமில்லை என்றே அவன்

எண்ணினான். அப்பட்ஹான்ஸைப் பிடித்துக் கொல்லத் திருடனின் மனைவி செய்த சதியாகவும் இருக்கலாமோ அது என்றுகூடச் சில சமயம் அவனுக்குத் தோன்றியது.

கீயிங்கே காட்டுக்குப் போகும் வழியெல்லாம் வசித்த ஜனங்கள் கிறிஸ்துமஸ் நாளை எதிர்பார்த்துக் குதூகலமாக இருந்தார்கள். முந்திய கிறிஸ்துமஸ் நாட்களைப் போலவே இந்த கிறிஸ்துமஸையும் கொண்டாட ஒவ்வொரு வீட்டிலும் ஏற்பாடுகள் நடந்து கொண்டிருந்தன. கிறிஸ்துமஸ் தினத்துக்கு முந்திய தினமாதலால் ஏற்பாடுகளெல்லாம் முடிவடையும் தருணத்திலிருந்தன. பெரிய பெரிய அண்டாக்களில் ஸ்நானத்திற்கு வெந்நீர் தயாராகிக் கொண்டிருந்தது. ரொட்டி மற்றும் ரக ரகமான திண்பண்டங்களும் தாராளமாகத் தயாராகியிருந்தன. உக்கிராணங்களிலிருந்து சாப்பாட்டு அறைக்குச் சென்று கொண்டிருந்தன. வீடுகளிலும், வாசலிலும், தரையிலும், வைக்கோல் பரப்பியிருந்தது. வழிநெடுக இருந்த சிறு மாதாகோவில்களெல்லாம் கிறிஸ்துமஸை முன்னிட்டு அலங்கரிக்கப்பட்டிருந்தன. கிறிஸ்துமஸைவிட பெரிய உத்ஸவம் எது? இவற்றையெல்லாம் கவனித்துக் கொண்டே மனசில் மட்டற்ற மகிழ்ச்சியுடன் சவாரி செய்தார் அப்பட்ஹான்ஸ். பாஸ்யேர மடத்திற்குப் போகும் பாதையில் ஒரே கூட்டமாக இருந்தது அன்று. அந்த மடத்தில் ஏழை எளியவர்களுக்குச் சாப்பாடு போடுவார்கள். தவிரப் பணக்காரர்கள் பலர் சேர்ந்து தானதருமங்கள் செய்வார்கள்.

கிறிஸ்துமஸ் ஏற்பாடுகள் இப்படி ஆனந்தமாக நடந்து கொண்டிருப்பதைப் பார்க்கப் பார்க்க அப்பட்ஹான்ஸுக்கு ஆவல் அதிகரித்தது. உள்ளம் துடிதுடித்தது. தான் அது வரையில் கொண்டாடிய கிறிஸ்துமஸ் உத்ஸவங்களை எல்லாம்விட அதி அற்புதமான, அதி சிரேஷ்டமான கிறிஸ்துமஸ் உத்ஸவத்தைக் கீயிங்கே காட்டில் திருடன் குடும்பத்துடன் கொண்டாடப் போகிறோம் என்ற ஞாபகம் அவரை மேலும் மேலும் வேகமாகத் தன் குதிரையைத் தட்டிவிடத் தூண்டியது. மற்றவர்கள் பலருக்கு அதுவும் மடாலயத்தில் தன்னையும்விடப் பெரியவர்கள், மதிப்பு வாய்ந்தவர்களுக்குக் கூடக் கிடைக்காத

ஒரு பாக்கியம் தனக்குக் கிடைக்க இருந்ததை எண்ண எண்ண அவருக்கு ஆனந்தமாக இருந்தது.

ஆனால் அவருடன் வந்த சிஷ்யப் பிள்ளைக்கோ அப்படி யில்லை. போகப் போக அவன் மனம் துன்பத்தில் ஆழ்ந்தது. ஊரெல்லாம் வழக்கம்போல் கிறிஸ்துமஸ் பண்டிகையைக் கொண்டாடுகிறார்களே நமக்கு மட்டும் ஏன் இந்தத் தொல்லை என்று நினைத்தான் அவன். பிரயாணம் நல்லபடியாக முடிந்து அவர்கள் நல்லபடியாக மீண்டும் மடத்துக்குத் திரும்ப வேண்டுமே என்று கடவுளைப் பிரார்த்தித்தான். நாடு நகரம் கடந்து அவர்கள் காட்டுப் பிரதேசத்தை அடையும்போது அவனுடைய பயம் அளவுக்கு மீறிவிட்டது. "திரும்பி விடலாமே, திரும்பி விடலாமே" என்று அவன் அப்பட் ஹான்ஸிடம் அடிக்கடி கூறினான். "திருடனிடம் வலுவிலே தானாகவே போய் மாட்டிக் கொள்ளலாமா? அது என்ன பைத்தியக்காரத்தனம்?" என்று கேட்டான்.

தன் சிஷ்யப் பிள்ளையினுடைய வார்த்தைகளைக் காதில் வாங்காமலே அப்பட்ஹான்ஸ் மேலே போனார். ஜன சஞ்சாரமேயில்லாத பிரதேசத்தை அடைந்துவிட்டனர் அவர்கள். கல்லும் முள்ளும் நிறைந்த காட்டுக்குள்ளே ஒரு சிறு கொடி வழியில் தொடர்ந்து சென்றனர். சிற்றாறுகள் பலவற்றை அவற்றில் இறங்கியே கடக்க வேண்டியிருந்தது; வேறு பாலமோ துறையோ கிடையாது அங்கே. சமவெளியைக் கடந்து அவர்கள் சிறிது நேரத்திலே மலைச்சரிவை அடைந்தார்கள். காற்று சில்லென்று விசிறி அடித்தது. பனி பெய்து கொண்டிருந்தது. நடுமாரிக்காலம் ஆதலால் ஒரே குளிராக இருந்தது. போகும் வழியெல்லாம், மேலே போகப் போக பனி பெய்து உறைந்து போயிருந்தது. சிரமமான காட்டு வழிதான் – நீண்ட வழியும்தான். செங்குத்தான சரிவிலே ஏறி, இறங்கிச் சென்றார்கள் அவர்கள். பல இடங்களில் ஏறமுடியாமல் ஈரமும், பனியும், சகதியும் சேர்ந்து வழுக்கி வழுக்கிவிட்டது. வழிநெடுக முட்புதர்களும், அடர்ந்த செடிகொடிகளும் பின்னிக் கிடந்தன. இவற்றையெல்லாம் கடந்து அவர்கள் அஸ்தமனச் சமயத்துக்கு ஒரு மலைப்பாறையை அடைந்தார்கள். பாறை

செங்குத்தாக உயர்ந்து வானளாவி நின்றது. அங்கு சுற்றிலும் வானோங்கி வளர்ந்திருந்த பைன் மரங்கள் காற்றிலே ஆடி அசைந்து கொண்டிருந்தன. மாரிக்காலமாதலால் ஒரு மரத்திலாவது ஒரு இலைகூடக் காணவில்லை. பசுமை என்பதே அச்சமயம் அப்பிரதேசத்தில் காணவில்லை. பாறையிலே சற்றுத் தாழ்ந்த இடத்திலே பைன் மரச்சட்டங்களாலான கதவு ஒன்று தென்பட்டது. அதை நோக்கி ஓடினான் வழிகாட்டிக் கொண்டுவந்த பையன்.

வந்து சேர்ந்துவிட்டோம் என்று அறிந்து கொண்டு அப்பட் ஹான்ஸ் குதிரையிலிருந்து இறங்கினார். கதவைத் திறந்தான். உள்ளே ஒரு சதுரமான அறை மாதிரி இருந்தது. அறைச்சுவர்கள் மலைப் பாறைகள் தான் – வெறும் பாறைகள். குளிர் தெரியாமல் இருப்பதற்காக அறை நடுவே ஒரு கணப்பு எரிந்து கொண்டிருந்தது. பெரிய பெரிய கட்டைகள் எரிந்து சாம்பாகிக் கொண்டிருந்தன. திருடனின் மனைவி கணப்பண்டை உட்கார்ந்து குளிர் காய்ந்து கொண்டிருந்தாள். கோரைப்புல், வைக்கோல் முதலியவற்றை படுக்கையாகப் பரப்பிக்கொண்டு திருடனும், அவன் குழந்தைகளும் படுத்து உறங்கிக் கொண்டிருந்தனர்.

குதிரைகளின் காலடிச் சப்தமும், வெளிக்கதவு திறக்கும் சப்தமும் கேட்டதும் திருடனின் மனைவி கூவினாள்: "கதவைச் சாத்திக்கொண்டு உள்ளே கணப்பண்டை வாருங்கள். குதிரைகளையும் உள்ளேயே கொண்டு வந்து விடுங்கள். இல்லாவிட்டால் குளிரில் அவை விரைத்துப்போகும்."

திருடனின் குகைக்குள் அப்பட்ஹான்ஸ் தைரியமாகவே சென்றார். ஆனால் வாசற்கதவைத் தாண்டும்போது, அவர் சிஷ்யனுக்குக் குலை நடுக்கம் கண்டுவிட்டது. எப்படியோ சமாளித்துக் கொண்டு உள்ளே சென்றான்.

"என்ன ஏழைமை! ஐயோ பாவம் இவள் குழந்தைகள்தான் இந்தக் குளிரினாலும், ஏழைமையினாலும் எவ்வளவு அவஸ்தைப்படுகின்றன! நாளை விடிந்தால் கிறிஸ்துமஸ் பண்டிகை. நாடெங்கும் ஒவ்வொரு குடும்பத்திலும் உத்ஸாகமாக

ஏற்பாடுகள் நடந்து கொண்டிருக்கின்றன. இவர்கள் வீட்டிலோ எவ்விதமான ஏற்பாடுகளையுமே காணோம். விருந்துண்ணுவதற்குக்கூட சாதாரண உணவுப் பண்டங்களையும் காணோமே! கிறிஸ்துமஸ் தினத்தன்று இவர்களுக்கு உண்ண உணவுகூடக் கிடைக்காது போலிருக்கிறதே! ஐயோ பாவம்! அந்தப் புனிதமான நன்னாளை எதிர்பார்த்து இவள் தன் குடிசையை அலம்பி சுத்தம் கூடச் செய்யவில்லையே! கிறிஸ்துமஸ் தினத்தன்றுகூட அவர்களுக்குச் சாப்பிடக் கிடைத்தது ஏதோ கஞ்சிதான் – அதுவும் அரை வயிறு நிரம்பக்கூடப் போதுமானதாக இராது!" என்று யோசித்தார்.

ஆனால் திருடனின் மனைவி இதைப் பற்றியெல்லாம் சிந்தித்ததாகவே தெரியவில்லை. ஒரு பெரிய மனுஷி தன் மாளிகையில் விருந்துக்கு வந்த மற்றப் பெரிய மனிதர்களை வரவேற்பது போன்ற குரலில் சொன்னாள். "இப்படிக் கணப்பண்டை வந்து உட்காருங்கள், அப்பட்ஹான்ஸ். தங்கள் சிஷ்யனும் இங்கே வரலாம். இரவு உணவு ஏதாவது கையில் கொண்டு வந்திருந்தீர்களானால் அதை அருந்துங்கள் – ஏனென்றால் காட்டில் நாங்கள் வழக்கமாக அருந்தும் உணவு உங்களுக்குப் பிடிக்காது என்றே நினைக்கிறேன். நீண்ட பயணம் செய்திருக்கிறீர்கள் – களைப்பாயிருந்தால் இப்படியே படுத்து உறங்குங்கள். கிறிஸ்து பிறந்த உத்ஸவத்தை இக்காடு கொண்டாடும் விதத்தை நீங்கள் பார்க்காமல் தூங்கிவிட மாட்டீர்கள். நான் விழித்துக் கொண்டிருப்பேன். தூங்கிவிடமாட்டேன். சரியான சமயத்தில் உங்களை எழுப்புகிறேன்" என்றாள்.

அப்பட்ஹான்ஸ் தன்னுடன் உணவு கொண்டு வந்திருந்தார். ஆனால் அதை எடுத்துச் சாப்பிட அவருக்குச் சிரமமாக இருந்தது. அவ்வளவு களைப்பு. உணவு கூட அருந்தாமல் சும்மாப் படுத்து விட்டார். படுத்தவுடன் தூங்கியும் போய்விட்டார். அவருடைய சிஷ்யனும் படுத்துக் கொண்டான். ஆனால் அவனுக்குச் சுலபத்தில் தூக்கம் வரவில்லை. தூங்கிக் கொண்டிருப்பது போலப் படுத்திருந்த திருடன் விழித்துக் கொண்டு தங்களைக் கட்டிப்போட்டுவிட்டால் என்ன பண்ணுவது என்று பயந்தான்.

ஆனால் அவனாலும் அதிக நேரம் விழித்திருக்க முடியவில்லை. தன்னையும் அறியாமலே தூங்கி விட்டான்.

சிஷ்யப் பிள்ளை மீண்டும் கண்விழித்துப் பார்த்தபோது அப்பட்ஹான்ஸ் எழுந்து விட்டார். எழுந்து கணப்பருகே திருடனின் மனைவியின் பக்கத்திலே உட்கார்ந்து பேசிக் கொண்டிருந்தார். திருடனும் விழித்துக் கொண்டு விட்டான். அவன் முகத்திலே சோம்பல் பாவமும், உத்ஸாகமின்மையும் படர்ந்திருந்தன. தன் மனைவியும், அப்பட்ஹன்ஸும் பேசிக் கொண்டிருந்ததில் கலந்து கொள்ள அவனுக்கு விருப்பம் இல்லை போலும். அவன் முகத்தைத் திருப்பிக் கொண்டு உட்கார்ந்திருந்தான்.

திருடன் மனைவியிடம் அப்பட்ஹான்ஸ் கிறிஸ்துமஸைப் பற்றியும் பொதுவாகவும், கிறிஸ்துமஸ் விழாவைக் கொண்டாட ஜனங்கள் ஊரெங்கும் செய்து கொண்டிருந்த ஏற்பாடுகளைப் பற்றியும் பேசிக் கொண்டிருந்தார். அவள் பழைய சிந்தனைகளில் ஈடுபட்டவளாக அதிகம் பேசாமல் இருந்தாள். அவளும் ஒரு காலத்தில் சாதாரண ஜனங்களிடையே சாதாரண மனுஷியாக சாதாரண வாழ்க்கை நடத்திக் கொண்டிருந்தவள் தான். அந்தக் காலத்தில் அவளும் கிறிஸ்துமஸ் விழாக்களிலும், கொண்டாட்டங்களிலும் கலந்து கொண்டவள் தான். அந்த ஞாபகங்களே எவ்வளவு இன்பமாக இருந்தன!

"உன் குழந்தைகளை எண்ணி நான் துக்கப்படுகிறேன்" என்றார் அப்பட்ஹான்ஸ் "அவர்கள் சாதாரண மக்களைப் போல இவ்விழாக் கூட்டங்களில் கலந்து கொள்வதற்கில்லையே!" முதலில் திருடனின் மனைவி அதிகமாகப் பேசவில்லை. கேட்டதற்கு ஒவ்வொரு வார்த்தை பதில் அளித்தாள். சிறிது நேரம் கழித்து அப்படி வார்த்தை சொல்வதையும் நிறுத்தி விட்டாள். சிந்தனை அலைகள் மோதி மோதி அவள் முகத்திலே ஓர் ஆனந்தப்பரவசம் படர்ந்தது. வாய் திறவாமல் அப்பட்ஹான்ஸ் சொல்வதையெல்லாம் கேட்டுக் கொண்டு உட்கார்ந்திருந்தாள். திடீரென்று திருடன் திரும்பிச் சம்பாஷணையில் குறுக்கிட்டான். அப்பட்ஹான்ஸின் முகத்திற்கெதிரே முஷ்டியைத் தூக்கிக் காட்டினான்.

இரவு உணவு

“மதகுருவாம்! மதகுரு வந்து விட்டார். என் பொண்டாட்டி. பிள்ளையை என்னிடமிருந்து பிரித்துக் கொண்டு போகவா நீ வந்தாய்? நாங்கள் காட்டை விட்டு வெளியே வர முடியாது – வந்தால் எங்களைப் பிடித்து சிறையில் அடைத்து விட மாட்டார்களா? நாங்கள் காட்டை விட்டு வெளிவர முடியுமா?”

அவன் கோபத்தைக் கண்டு பயப்படாமல் அப்பட்ஹான்ஸ் சொன்னார். “இதோ பார். நான் ஆர்ச் பிஷப் அப்ஸலனிடம் சொல்லியிருக்கிறேன். உன் குற்றங்களை மன்னித்து உன்னை மீண்டும் ஜனங்களிடையே அனுமதிக்கும்படியாக. நீ திரும்பவும் நகருக்கு வந்து மனிதர்களிடையே மனிதனாக வசிக்கலாம்.”

இதைச் செவியுற்ற திருடனும், திருடனுடைய மனைவியும் விழுந்து விழுந்து சிரித்தார்கள். ஆர்ச் பிஷப் அப்ஸலன் எப்படிப்பட்டவர் என்பது அவர்களுக்குத் தெரியும். அவராவது, அவர்களை மன்னிக்கவாவது! அவர்கள் விழுந்து, விழுந்து சிரித்தார்கள்.

“நான் ஆர்ச் பிஷப்பு அப்ஸலனிடம் சொல்லியிருக்கிறேன். அவர் கவனித்துக் கொள்வார்” என்று மீண்டும் சொன்னார் அப்பட்ஹான்ஸ். அவர் நிமிர்ந்து திருடனைப் பார்த்தார். நேருக்கு நேராகப் பார்த்தார். அவர் பார்வையைக் கவனித்த திருடன் சொன்னான். “ஓ! அப்படி என்னை மன்னித்து மறுமடியும் ஜனங்களிடையே நடமாட அனுமதிப்பாரா ஆர்ச் பிஷப்பு – அப்படிச் செய்தாரானால் நான் சத்தியமாகச் சொல்லுகிறேன். இனி என் ஆயுளில் ஒரு நாள் கூட நான் திருடமாட்டேன். – எதையுமே – ஒரு சிறு வாத்துக்குஞ்சைக் கூடத் திருடமாட்டேன்!” என்றான் அவன் உணர்ச்சியுடன்.

தன் முயற்சிகள் பலிக்கும் என்று அறிந்து அப்பட்ஹான்ஸ் சந்தோஷப்பட்டார். ஆனால் திருடனின் வார்த்தைகள் அவருடைய சிஷ்யனுக்குச் சந்தோஷமூட்டவில்லை. அதற்கு நேர் மாறாக அவனுக்குக் கோபமூட்டின. தன் குருவைக் கேலி செய்கிறார்கள் என்று எண்ணினான் அவன். ஆனால் ஒன்றும் சொல்லவில்லை. மடாலயத்தில் இருப்பதை விட அதிக சந்தோஷமாக இருக்கிறார் தன் குரு என்பதைக் காண அவனுக்கு சந்தோஷமாக இருந்தது.

திடீரென்று திருடனின் மனைவி எழுந்தாள். "நீங்கள் பாட்டுக்கு ஒரு கவலையுமில்லாமல் இங்கு உட்கார்ந்து பேசிக் கொண்டிருக்கிறீர்களே, அப்பட் ஹான்ஸ்!" என்று கேட்டாள் அவள். "உங்களுக்குக் காது கேட்கவில்லையா? கீயிங்கே வனம் தேவவனமாக மாறுவதைப் பார்க்க வேண்டாமா? மனிதர்களின் சப்தம் கேட்க ஆரம்பித்து விட்டதே. கிறிஸ்து பிறந்த வினாடி நெருங்குகிறது. அதன் ஞாபகார்த்தமாக தேவலோகத்து மணிகள் ஒலிக்கத் தொடங்கி விட்டனவே என் காதில் கேட்கிறதே!"

திருடனின் மனைவியின் காதில் தேவலோகத்து மணிகள் ஒலித்தன. அப்பட் ஹான்ஸும் அவர் சிஷ்யனும் உற்றுக் கேட்டார்கள் – அவர்கள் காதில் ஒன்றும் கேட்கவில்லை. தெய்வத்தின் வழிகளே விசித்திரமானவை என்று சிந்தித்தவராக அப்பட்ஹான்ஸ் சும்மா இருந்தார்.

"வாருங்கள் வெளியே போகலாம். வனத்திலே தெய்வ சாந்நித்தியம் தாண்டவமாடுவதைக் காண்போம்" என்று கூறிக்கொண்டே எழுந்தாள் திருடனின் மனைவி.

அப்பட் ஹான்ஸும், அவர் சிஷ்யனும், திருடனின் குழந்தைகளும் குதித்தெழுந்தார்கள். மரக்கதவைத் திறந்து கொண்டு குடிசைக்கு வெளியே சென்றார்கள்.

வெளியே கும்மிருட்டாக இருந்தது. ஒரே குளிராகவும் இருந்தது. கண்ணுக்கெட்டிய வரையில் இருட்டில் ஒன்றும் தெரியவில்லை. ஆனால் இப்போது அப்பட் ஹான்ஸுக்கும், அவர் சிஷ்யனுக்கும் கூடக் கேட்டது. தென்றலில் மிந்தது வரும் மணிகளின் சப்தம் எவ்வளவு இனிமையாக ஒலித்தது அந்த நள்ளிரவில், மனித சஞ்சாரமேயற்ற அந்தக் காட்டில்!

"ஆனால் இந்த மணிச்சப்தம் கேட்டு இக்காடு விழித்துக் கொள்ளுமா? எப்படி விழித்துக் கொள்ளும்? இக்காடு தேவவனமாக மாறும் என்று சொல்லித் திருடனின் மனைவி என்னை ஏமாற்றத்தான் ஏமாற்றி விட்டாளோ?", என்று ஆவலுடனும், ஆச்சரியத்துடனும், சந்தேகத்துடனும் தன்னையே கேட்டுக் கொண்டார் அப்பட் ஹான்ஸ்.

நாலாபக்கமும் பனி விழுந்து தரையெல்லாம் மூடியிருந்தது. மேலும் பனி பெய்துகொண்டே இருந்தது. ஒரே இருட்டு வேறு. ஒரு மரத்திலாவது இலை என்று பெயருக்குக் கூட இல்லை. ஒரு இலை, ஒரு பூ, ஒரு காய் இல்லாத கடுங்குளிர் காலம். திடீரென்று வெளிச்சமும், இலையும், பூவும், காயும், அழகும் எங்கிருந்து வரும்? இவ்வளவு நாழிகையாய் அவர் மனசில் ஊசலாடிக் கொண்டிருந்த நம்பிக்கை அறுந்து விழுந்தது.

ஆனால் அதே சமயம் வனத்திலே மங்கலானதோர் வெளிச்சம் தோன்றத் தொடங்கியது. மணிகளின் ஒலியைப் பின்னணியாகக் கொண்டே வனம் பூராவும் பரவுவது போலிருந்தது. வெளிச்சம் தோன்றித் தோன்றிப் பரவிப் பரவி மறைந்ததை கடல் அலைகளுக்குத்தான் ஒப்பிட முடியும். நள்ளிரவில் உஷத்காலம் தோன்றுவது போலிருந்தது. அதை என்ன ஒளி என்று சொல்வது என்று அப்பட்ஹான்ஸிற்குத் தெரியவில்லை. தெய்வீகமானதோர் ஒளி என்றுதான் சொல்ல வேண்டும்.

அந்த ஒளி அலை பரவுவதைக் கவனித்துப் பலவிதமான சிந்தனைகளில் லயித்திருந்த அப்பட்ஹான்ஸ் தன் நினைவு பெற்று குனிந்து பார்த்தபோது தரையிலிருந்த பனியெல்லாம் மறைந்து போய்விட்டது என்று கண்டார். பனி பெய்வதும் நின்று விட்டது. சில்லென்று குளிர்ந்து வீசிய காற்றும் ஓய்ந்து விட்டது. மணம் நிறைந்த தென்றல் இன்பமாக வீசிக் கொண்டிருந்தது. பூமியின்மேல் போர்த்தியிருந்த மாரிக்காலத்துப் போர்வையை ஏதோ ஒரு மாயக்கை, தெய்வீகமாக கை எடுத்து விட்டது போல இருந்தது. அப்பட் ஹான்ஸினுடைய கண் முன்னர் பூமியின்மேல் பச்சைப் போர்வை படர்ந்தது. புல்லும், பூண்டும் அடர்ந்து ஒரு நொடியில் வளர்ந்து தலை தூக்கின. எதிரே தெரிந்த குன்றுகளின் சரிவெல்லாம் திடுமென்று பச்சைப்பசேலென்றாகி விட்டது. வித விதமான பூச்செடிகள் முளைத்துத் தலைதூக்கிப் பூத்துக் குலுங்கின. அந்த வர்ண விஸ்தாரமே அபூர்வமானதாக, அற்புதமானதாக இருந்தது. வேறு என்ன சொல்வது? தெய்வீகமானதோர் வர்ண சித்திரம் அது.

கீயிங்கே காடு விழித்தெழுந்து விட்டது என்று கண்ட அப்பட் ஹான்ஸுக்கு ஆச்சரியமாக இருந்தது. அவர் வியப்புக்கோர் அளவில்லை. “ஊவிட் மடத்தின் அதிபதி நான். கிழவன். என் வாழ்க்கையில் புதியதோர் அதிசயத்தை இக்கண்கள் கொண்டு காண நான் என்ன அதிர்ஷ்டம் செய்தேனோ?” என்று எண்ணினார் அப்பட் ஹான்ஸ். அவர் கண்கள் நிறைந்தன. திடீரென்று வெளிச்சம் சற்று மங்கிற்று. மறுபடியும் போல இருட்டிப் போய்விடுமோ என்று பயந்தார் அப்பட்ஹான்ஸ், ஆனால் மங்கிய வெளிச்சம் முன்னிலும் அதிகமாயிற்று. அலைமேல் அலையாக முன்னிலும் அதிகமாக வெளிச்சம் தெரிந்தது. அவ்வெளிச்சத்துக்குப் பிண்ணனியாக ஆறுகளின் சலசலப்பும், அவற்றின் இசையும் எழுந்தது. எங்கேயோ தூரத்தில் ஒரு நீர்வீழ்ச்சியின் சப்தம் கேட்டது. மொட்டை மரங்கள் துளிர்த்தன. ஒரு வினாடியில் கோடிக்கணக்கான பச்சை வண்ணத்தில் பூச்சிகள் அந்தக் கிளைகளில் குடிபுகுந்தது போல் இருந்தது. காட்டிலே நடுமாரியில் தூங்கிக் கொண்டிருந்த மரங்களும் செடிகளும் மட்டுமே விழித்துக் கொண்டன என்பதில்லை. பறவைகளும், கோழிகளும் விழித்துக் கொண்டு விட்டன. விதவிதமான குரல்களைக் கிளப்பின. மரங்கொத்திப் பறவைகள் ‘டக்டக்’ என்று மரங்களின்மேல் சப்தப்படுத்தின. ஸ்டார்லிங் பறவைகள் கூட்டம் கூட்டமாகப் பறந்து வந்து மரங்களின்மேல் அமர்ந்து உத்ஸாகமாகக் குரல் எடுத்துப் பாடின. இப்படிப் பறவைகள் பறந்து திரிவது என்றுமில்லாத அதிசயமாகப் பட்டது அப்பட்ஹான்ஸிற்கு. விலையுயர்ந்த அற்புதமான நவரத்தினங்கள் இழைத்த அணிகளைக் காற்றிலே வாரி இரைத்தது போலிருந்தது.

மீண்டும் ஒரு விநாடி இருண்டது. ஓர் ஒளி அலை வீசிற்று. மனோகரமான மணத்தைச் சுமந்து கொண்டு வந்தது தென்றல். அதே வினாடி தரையிலிருந்து பலவிதமான செடிகொடிகள் முளைத்துத் தழைத்தன. தன்னூரில் பயிராகக் கூடிய எல்லாச் செடிகளையும் பற்றி அறிந்திருந்த அப்பட் ஹான்ஸ் ஆச்சரியப்பட்டார். அந்த ஊரில் பயிராகாது என்று

அவர் எண்ணியிருந்த செடிகளெல்லாம் கூட அன்று அங்கே காணப்பட்டன.

அவர் அப்படி ஸ்தம்பித்து நிற்கையில் அவர் கண்ணெதிரிலேயே மரங்களும், செடிகளும் காய்த்துக் குலுங்கின. நாரைகளும், காட்டு வாத்துக்களும் கிறீச்சிட்டுக் கொண்டு பறந்து வந்தன. சிட்டுகள் மரங்களின் உச்சியிலே கூடு கட்டத் தொடங்கின. அணில்கள் வாலைத் தூக்கிக்கொண்டு காடெங்கும் ஒலிக்கும்படியாகப் பேசின.

அந்த மாறுதலின் வேகத்தை அப்பட்ஹான்ஸால் கண்காணித்துக் கொள்ள இயலவில்லை எவ்வளவு விந்தைகள் எவ்வளவு வேகமாக அவர் கண்ணெதிரே நடந்து கொண்டிருந்தன. இதெல்லாம் விந்தைகள், எதன் பின் எந்த விந்தை நடந்தது என்று அறிந்து கொள்ள மாட்டாமல் தவித்தார் அப்பட்ஹான்ஸ். இது விந்தை என்று சிந்தித்துக் கொண்டிருக்கக் கூட அவருக்குப் போதுமான நேரம் இல்லை. அவர் கண்களுக்கும் காதுகளுக்கும் முழுமையாக வேலை யிருந்தது.

அடுத்த ஒளி அலையிலே மிதந்து வந்தது. புதுசாக உழுது பண்படுத்தப்படும் வயல்களின் வாசனை. எங்கேயோ வெகு தொலைவிலிருந்து இடைச்சிகள் தங்கள் பசுக்களிடம் கொஞ்சிக் கொஞ்சிப் பேசிக்கொண்டே பால் கறந்து கொண்டிருக்கும் சப்தம் வந்தது. ஆட்டு மந்தைகளின் மணிகள் ஒலித்தன. மரங்களெல்லாம் சிவப்பும், நீலமும், மஞ்சளும், ஊதாவுமாகப் பூத்துக் கொண்டிருந்தன. பச்சையாகக் காய்த்திருந்த காய்கள் அப்பட்ஹான்ஸுடைய கண் எதிரே கனிந்து நிறம் மாறிப் பழுத்தன. பூக்கள் தரையெங்கும் விழுந்து பரவி விதவிதமான வர்ணம் காட்டின. ஏதோ மாயமான ரத்ன கம்பளம் விரித்தது போல் இருந்தது.

அப்பட்ஹான்ஸ் குனிந்து காலடியில் பூத்திருந்த ஒரு பூவைப் பறித்தார். அதை அவர் கையில் எடுத்துக்கொண்டு நிமிர்வதற்குள் பூ, காயாகி மாறிப் பழுத்து விட்டது. காட்டில் ஒரு குகையிலிருந்து குள்ளநரி ஒன்று வந்தது தன் குட்டிகளுடன்.

அந்தக் குட்டிகள்தான் எவ்வளவு அழகாக இருந்தன. நரி நேரே திருடனிடன் மனைவியிடம் வந்து உடம்பை வளைத்து அவள் காலில் தேய்த்துக் கொண்டு நின்றது நாயைப்போல. அதன் குட்டிகள் குழந்தைகளைச் சுற்றி விளையாடின. திருடனின் மனைவி குனிந்து நரியின் காதில் ஏதோ சொன்னாள். நரி அவள் சொன்னதைக் கேட்டு ஆனந்தப்படுவது போல் இருந்தது. திடீரென்று காட்டில் தோன்றிய வெளிச்சம் ஆந்தைகளுக்கும், கூகைகளுக்கும் தான் இடைஞ்சலாக இருந்தது. அவை பயந்து தங்கள் பொந்துகளுக்குள் புகுந்து கொண்டன. சேவல் கூவிற்று. 'குக்கூ' பறவைகள் சிறகடித்துப் பறந்து கொண்டிருந்தன.

திருடனின் குழந்தைகள் ஆனந்தக் கூச்சலிட்டுக் கொண்டு கைக்கு எட்டிய பழங்களை எல்லாம் பறித்துச் சாப்பிட்டனர். வயிற்றுப்பசி ஆறியவுடன் அவர்கள் குறுக்கும் நெடுக்கும் ஓடிக் கொண்டிருந்த முயல் குட்டிகளுடனும், நரிக்குட்டிகளுடனும் விளையாடத் தொடங்கினார்கள். பறக்கத் தெரியாத சில பறவைக் குஞ்சுகள் கீழே விழுந்து கிடந்தன. அவற்றை எடுத்துப் பறக்க விட்டு வேடிக்கை பார்த்தார்கள். அடுத்தபடியாக ஒரு பெரிய பாம்பையும் அதன் குட்டிகளையும் தோளில் எடுத்துப் போட்டுக் கொண்டு திரிந்தார்கள். பாம்புக்கும், அதன் குட்டிகளுக்கும்கூட அது விளையாட்டாகத்தான் இருந்தது.

திருடன் அன்றிரவு சாப்பிடவில்லை போலும். அவனும் தன் குழந்தைகளைப் போலவே கையில் அகப்பட்டதை எல்லாம் பறித்துத் தின்று கொண்டிருந்தான். ஒரு வழியாகச் சாப்பாட்டை முடித்துக் கொண்டு குனிந்து அவன் பார்த்தபோது அவன் அண்டையில் சாதுவாக ஒரு கரடி வந்து நின்று கொண்டிருந்தது. அதன் முதுகைத் தடவிக்கொடுத்தபடியே ஏதோ சிந்தனையில் ஆழ்ந்தவனாக நின்றிருந்தான். பின்னர் "இதோ பார், கரடி. இது எனக்குச் சொந்தமான இடம். நீ இங்கு வரக்கூடாது" என்று சொல்லி ஒரு சிறு குச்சியை எடுத்து அதன் முகத்தில் அடித்தான். அவன் சொன்னதை அறிந்து கொண்டதுபோலக் கரடியும் ஒரு தரம் அவனை நிமிர்ந்து பார்த்துவிட்டு உடம்பைக் குலுக்கிக் கொண்டே ஓடிப்போய்விட்டது. மாரிக் காலத்துக் குளிர் மறைந்து விட்டது. வஸந்தத்தின் உஷ்ணம், மனசுக்கும்

உடம்புக்கும் குளுமையான உஷ்ணம் பரவியிருந்தது எங்கும். தெய்வீகமான ஒளி எங்கும் பரவி நின்றது. ஒரு சிறு குட்டையில் நீந்திக் கொண்டிருந்த வாத்துகள் க்ளக் க்ளக் என்று குரல் எழுப்பிக் கொண்டிருந்தன. வஸந்தத்தின் மகரந்தப்பொடி, மாயப்பொடி காற்றிலே நிறைந்திருந்தது. தாமரைகள் ஆகாயத்திலே மிதந்து வருவது போல பலவித வர்ணமான வண்ணத்தப் பூச்சிகள் அங்கும் இங்கும் பறந்தன. ஓங்கி வளர்ந்திருந்த ஒரு மரத்தின் பொந்திலிருந்து தேனடை நிரம்பி வெளியே வழிந்து சொட்டிக் கொண்டிருந்தது. உலகத்திலுள்ள அழகான மலர்ச் செடிகள் எல்லாம் கிறிஸ்து பிறந்ததன் ஞாபகர்த்தமாய் பூத்து கீயிங்கே வனத்தை தெய்வீகமான அழகு கொண்டதாகச் செய்தன. சில மலர்கள் பொடிப்பொடியாக நவரத்தினங்கள் போல் ஜொலித்தன. சில மலர்கள் பெண்ணின் முகாரவிந்தங்கள் போல அழகுகூடிப் பெரிதாக இருந்தன. ரோஜாக் கொடியொன்று மலையடிவாரத்தில் முளைத்து மலையுச்சிவரையில் ஒரே நொடியில் படர்ந்தது – நெடுகிலும் கண்ணைப் பறிக்கும் வண்ணமலர்கள் பூத்துக் குலுங்கின. இதற்குப் போட்டியாகப் படர்ந்தது கருப்புப் பூவுடைய ஒரு கொடி – அதன் பூக்களைப்போல அப்பட்ஹான்ஸ் எங்கேயும் கண்டதில்லை.

இது தேவவனம்தான்; சந்தேகமில்லை. திருடனின் மனைவி அன்று சொன்னது போலவே இது அப்பட் ஹான்ஸினுடைய மடத்துத் தோட்டத்தைவிட அற்புதமானதுதான்; அழகானது தான். சந்தேகத்துக்கிடமேயில்லை. இதை நினைக்கும்போது அப்பட் ஹான்ஸுக்கு இன்னொரு ஞாபகம் வந்தது. ஆர்ச் பிஷப்பு அப்ஸலன் திருடனை மன்னிக்கும் விஷயமாகச் சொல்லியது ஞாபகம் வந்தது. இத்தேவவனத்திலிருந்து ஒரு தேவமலரைக் கொண்டு போய்க் கொடுத்தால் அவர் அந்த திருடனை மன்னித்து மறுபடியும் மனிதர்களிடையே வாழ அனுமதி தந்து விடுவார். ஆனால் இத்தேவ மலர்களில் எந்த மலரைப் பறித்து வைத்துக் கொள்ளுவது என்று அப்பட் ஹான்ஸிற்குத் தெரியவில்லை. ஒன்றைவிட ஒன்று அழகானதாகவும், அற்புதமாகவும் இருந்ததே. எல்லாவற்றிலும்

சிறந்த மலரைக் கொண்டுபோய் அப்ஸலனுக்குக் காட்ட வேண்டுமென்று விரும்பினார் அப்பட் ஹான்ஸ்.

ஒளி அலைகள் ஒன்றன் பின் ஒன்றாகத் தொடர்ந்து மேலும் வந்தன. காடு மட்டுமின்றி வானமும் ஒளியால் நிறைந்து பிரகாசம் பெற்றது. நிமிர்ந்து பார்ப்பது சிரமமான காரியமாக இருந்தது. கோடி சூரியப்பிரகாசம் என்பார்களே அதேல்லாம் கற்பனையில் தான் என்று எண்ணியிருந்த அப்பட் ஹான்ஸிற்கு புதிய ஞானம் பிறந்தது. வசந்தத்தன் காற்று, மணம், ஒளி, ஒலி எல்லாம் அப்பட் ஹான்ஸைச் சூழ்ந்திருந்தன. அப்போது கிறிஸ்து பிறந்ததின் ஞாபகர்த்தமான இதைவிட ஆனந்தமான ஓர் அனுபவம் ஒரு கிறிஸ்தவனின் வாழ்க்கையிலே வேறு ஏற்படாது என்று நம்பினார் அப்பட்ஹான்ஸ். ஆனால் அவருக்குத் தெரியும். அடுத்த அலையுடன் புதிய விந்தைகள், புது அற்புதங்கள், புது ஆனந்தங்கள், புது அழகுகள் தோன்றும் என்று எண்ணியபோது அவர் மெய் சிலிர்த்தது.

இன்னமும் ஒளி அலைகள் ஒன்றன்பின் ஒன்றாக வந்து கொண்டிருந்தன. அவை எங்கிருந்து வந்தன என்று யாரால் சொல்ல முடியும்? தெய்வீகமான ஒளி, தெய்வீகமான காற்று. தெய்வீகமான மணிகள் உத்ஸாகமாக ஒலித்துக் கொண்டிருந்தன. ஏதோ எட்டாத தொலைவிலிருந்து கணக்கிட முடியாத தூரத் திலிருந்து அந்த மணிச் சப்தத்துக்கும் அப்பாலிருந்து வந்து ஓர் இசை அப்பட் ஹான்ஸின் காதில் விழுந்தது. அந்த ஒலி அவர் உள்ளத்தையே நாட்டியமாடச் செய்தது என்றுதான் சொல்ல வேண்டும். கடவுளின் மகன், மனிதர்களுக்கிடையே அவர்கள் உய்வதற்கென்று திரு அவதாரம் செய்த நாளிலே தெய்வீகமான காரியங்கள் நிகழ்ந்தன என்று அப்பட் ஹான்ஸ் படித்திருந்தார். அந்த தெய்வீகமான காரியங்கள் எல்லாம் மீண்டும், தன் முன் ஒருமுறை நடக்கின்றன என்று உணர்ந்தார். கிறிஸ்து ஜனித்த தினத்தின் ஞாபகர்த்தமாக ஒவ்வொரு வருஷமும் இவ்விதத் தெய்வீகமாக மாறுதல்கள் நேரத்தான் நேருகின்றன என்பது அவர் அறிந்த விஷயம்தான். ஆனால் தன் கண் முன்னரே, தன் ஊனக் கண்கள் கொண்டு பார்க்கும்படியாக இம்மாயங்கள், தெய்வீகக் காரியங்கள் நிகழுமென்று அவர்

எதிர்பார்க்கவில்லை. கற்பனையில் எதிர்பார்த்தாலும் ஏதோ கொஞ்சமே எதிர்பார்த்திருக்க முடியும் - நடந்தது அவ்வளவையும் அவரால் எதிர்பார்த்திருக்க முடியாது என்பது நிச்சயமே. கற்பனை எல்லையையும் கடந்ததாக இருந்தது அவர் கண்முன் அன்று நடந்த காரியங்கள். இன்னும் என்னென்ன கண்டு களிக்க வேண்டுமோ அவ்வளவையும் கண்டு விடுவது என்று மனசையும், கண்களையும், செவிகளையும் தீட்டிக் கொண்டு நின்றார் அப்பட் ஹான்ஸ்.

திடீரென்று எல்லா ஒலிகளும் அடங்கி விட்டன. சப்தமில்லாமைக்கே லக்ஷியமாக எடுத்துக் காட்டக் கூடிய ஒரு மௌனம் நிலவியது சில வினாடிகள். பக்ஷிகள் கூடக் கூவுவதை நிறுத்தி விட்டன. நரிக்குட்டிகளும் நிச்சலனமாக இருந்தன. பூக்கள் மலருவதையும் மறந்தன. அதுவரை வினாடிக்கொரு வண்ணமும், பொழுதொரு மேனியுமாக வளர்ந்த செடி கொடிகளெல்லாம் வளர்ச்சியின் பூரணத்தை எட்டி விட்டன போல் நின்றன. ஏதோ ஒன்று - என்னவென்று அதை விவரிப்பது - தெய்வீகமான ஒன்று அணுகிக் கொண்டிருப்பதை அப்பட் ஹான்ஸ் உணர்ந்தார். அவர் இதயத் துடிப்பு கூட அந்த விந்தையைக் கவனிப்பதிலேயே நின்று விட்டது போலிருந்தது. அவர் ஆத்மா ஈசனை எட்டித்தொட விரும்பியது போல இருந்தது. வெகு தூரத்திற்கப்பாலிருந்து யாழ் மீட்டப்படுவது போல த்வனி கேட்டது அத்துடன் இசைந்து பலர் பாடுவது போலவும் இருந்தது. அந்த யாழையும், இசையையும் என்னவென்று சொல்லுவது? தெய்வீகமானது என்றுதான் சொல்ல வேண்டும். அந்த யாழும், குரலும் இசைந்து மனசையும், இதயத்தையும், ஆத்மாவையும் உருக்கிற்று - உருகிப் பாகாய் ஓடச் செய்தது.

அப்பட் ஹான்ஸ் கையைக் கட்டிக் கொண்டு மண்டியிட்டு தலையைக் குனிந்து வணங்கினார். வணங்கியபடியே இருந்தார். அவர் முகத்திலே ஆனந்த பரவசம் படர்ந்தது. தன் வாழ்நாளில் இது சாத்தியமான காரியமென்று அவர் நம்பியிருந்ததில்லை. ஏதோ புண்ணியம் அதிகம் பண்ணாவிட்டாலும், பாவம் அதிகம் தெரிந்து செய்யாதிருந்தால் மேல் உலகத்தில், கடவுளின்

ஆனந்த உலகத்திலேயே, ஒரு மூலையில் தனக்கென்று ஓர் இடம் கிடைக்கும், அங்கிருந்தபடியே தேவர்கள் பாடுவதையும், ஆனந்தப்படுவதையும் பார்க்கலாம் என்று அவர் எண்ணியதுண்டு. தேவ லோகத்துக் காட்சிகளை அவர் அன்று அத்திருடனுடைய மனைவியின் உதவியால் கண்டு கொண்டார். தேவர்கள் கிறிஸ்துமஸ் பாட்டுக்களைப் பாடிக் கொண்டு வந்து கொண்டிருந்தார்கள். அவர் உள்ளத்திலே மகிழ்ச்சி வெள்ளம் பொங்கிக் கரைபுரண்டு ஓடிக் கொண்டிருந்தது.

இவ்வளவு நேரமும் அப்பட் ஹான்ஸினுடைய சிஷ்யப்பிள்ளை என்ன செய்து கொண்டிருந்தான்? தன் குருவின் பக்கத்திலே நின்று கொண்டுதான் இருந்தான். ஆனால் அப்பட் ஹான்சின் மனசில் இருந்தது போல அவன் மனசில் திருப்தியோ, மகிழ்ச்சியோ, ஆனந்தமோ தோன்றவில்லை. அவன் மனசும் உள்ளமும் இருண்டு கிடந்தன. அவன் சிந்தனைகளிலே இருண்ட எண்ணங்கள். பயங்கரமான ஞாபகங்கள் ஊசலாடின. அவன் நினைத்தான். "இம்மாயங்கள் எல்லாம் உண்மையில் தெய்வீகமானவையாக இருக்க முடியாது என்பது நிச்சயம். மடாதிபதி, ஆர்ச் பிஷப்பு, அப்பட்ஹான்ஸ் இவர்கள் கண்ணிலெல்லாம் படாத அதிசயங்கள், குற்றவாளிகளான இத்திருடனுக்கும், திருடன் குடும்பத்தாருக்கும் வருஷா வருஷம் படுவதால் இதில் ஏதோ ஒரு சூது இருக்கத்தான் வேண்டும். கடவுளின் செயலாக இராது. கடவுளுக்கு எதிரியான சைத்தானின் காரியமாகத்தான் இருக்க வேண்டும். அவன் சூதுதான் இது. நமது மனசை மயக்கி அந்தகாரத்தில் மூழ்க அடித்து ஏமாற்றுகிற வித்தையே தவிர வேறு அல்ல. இல்லாத தெல்லாவற்றையும் இருப்பது போலக் காட்டி நம்மை ஏமாற்றுகிறான் சைத்தான்" என்று எண்ணினான்.

தேவர்கள் யாழ் மீட்டிப் பாடிக் கொண்டு நெருங்கினார்கள். அவர்களைச் சுற்றிலும் எவ்வளவு அற்புதமான ஒளி வீசிக் கொண்டிருக்கிறது? அவர்கள் உருவங்களைக் கண்ணெடுத்துப் பார்க்கவும் அஞ்சி அப்பட் ஹான்ஸ் ஒரு வினாடி பார்ப்பதும், ஒரு வினாடி கண்ணைத் தாழ்த்திக் கொள்வதுமாக இருந்தார்.

அவருடைய சிஷ்யப்பிள்ளையின் கண்களிலும் அந்தத் தேவர்கள் பட்டார்கள். அவர்களுடைய இன்னிசை அவன் காதிலும் விழுந்தது. ஆனால் இந்த அழகெல்லாம் தெய்வீகமான அழகென்று அச்சிஷ்யன் நினைக்கவில்லை. சைத்தானின் கைத்திறமை என்றே எண்ணினான். எண்ணிப் பயந்தான். கிறிஸ்து பிறந்த தினத்தன்று இப்படியெல்லாம் சைத்தானுக்கு இடம் கொடுப்பது தவறு என்று எண்ணினான்.

இன்னொரு விசேஷமும் இருந்தது. அப்பட் ஹான்ஸை நெருங்கி அவர் மேல் உட்கார்ந்து உறவாடிய பறவைகள் எல்லாம் அவருடைய சிஷ்யப்பிள்ளையைக் கண்டு மிரண்டு பயந்து ஓடின. மிருகங்களோ அவன் பக்கம் போகவேயில்லை. அவன் பாம்பைக் கண்டு மிரண்டானோ இல்லையோ, பாம்பு அவனைக் கண்டு மிரண்டது. ஒரே ஒரு புறா மட்டும் சற்று அசட்டுத் தைரியத்துடன் சிஷ்யன் பக்கம் பறந்து போய் அவன் தோளில் உட்கார்ந்தது. வேறு ஏதோ யோசனையில் ஆழ்ந்திருந்த சிஷ்யப்பிள்ளை, சைத்தான்தான் தன் தோள்மேல் வந்து உட்கார்ந்து விட்டான் என்று பதறித் துடித்து அலறினான். தன்னையும் மயக்க வந்துவிட்டான் சைத்தான் மற்றவர்களை மயக்கியதுபோல என்று எண்ணினான். உடனே அந்தப் புறாவைக் கைகளால் விரட்டினான். உரத்த குரலில் சொன்னான்: "நரகத்திலிருந்து வந்தவனே! சைத்தானே! ஓடிப் போ" என்று காடு முழுவதும் எதிரொலிக்கும் படியாகக் கூவினான்.

அந்த சமயம் யாழுடன் பாடிக் கொண்டு வந்த தேவர்கள் அப்பட் ஹான்ஸண்டை வந்து விட்டார்கள். அவர்களுடைய இறக்கைகளின் அசைவின் சப்தம் அப்பட் ஹான்ஸினுடைய காதில் தெளிவாக ஒலித்தது. கடவுளைப் பாடி வந்த அந்தத் தேவர்களை ஆனந்தத்துடனும் அன்புடனும் தாழ்மையுடன் வணங்கினார் அப்பட்ஹான்ஸ். அதே சமயம் அவருடைய சிஷ்யனின் சைத்தானே ஓடிப் போ, என்ற குரல் காடு முழுவதும் ஒலிக்கும்படி எழுந்தது. உடனே இசை ஒலி நின்றது. தேவகானம் பாடிக் கொண்டு வந்த தேவர்கள் தயங்கி ஒரு வினாடி நின்று மௌனமாகத் திரும்பிச் செல்லத் தொடங்கினார்கள்.

அப்பட்ஹான்ஸினுடைய சிஷ்யன் மனசில் இருந்தது போலவே இருட்டும், பயங்கரமும், குழப்பமும் வெளியேயும் ஆட்சி செய்யத் தொடங்கி விட்டன. கடவுளின் அருள் மனிதனை அன்று அவ்வளவு நெருங்கி வந்தது. மனிதனின் மனசிலே ஆட்சி செலுத்திய அவநம்பிக்கையையும், இருளையும் கண்டு மிரண்டு தேவதூதர்களும் திரும்பி விட்டார்கள். எவ்வளவு அதிசயமாக எல்லாம் நிகழ்ந்ததோ அவ்வளவு அதிசயமாக ஒரே நினாடியில் எல்லாம் மறைந்து விட்டது. குளிரின் முதல் அலை வீசத் தொடங்கியது. இருண்ட இரவின் ஆட்சி கொஞ்சம் கொஞ்சமாக சற்றும் எதிர்ப்பின்றி வலுத்தது. மறுபடியும் பனிவிழ ஆரம்பித்து விட்டது. செடிகொடிகள் உயிரிழந்தன. மிருகங்கள் சீறிக் கொண்டே உறுமிக் கொண்டே குகைகளுக்குள் பதுங்கி விட்டன. பறவைகள் வாயோய்ந்து, பாட மனமில்லாது கூடுகளுக்குள் அடங்கிவிட்டன. ஆற்றின் சலசலப்பு நின்று விட்டது. மரங்களிலிருந்து இலைகள் உதிர்ந்தன. மழை பெய்வது போலச் சப்தம் கேட்டது. எல்லாவற்றையும் விட அதிகமாக அந்தக் குளிரும், இருட்டும் அப்பட்ஹான்ஸினுடைய இதயத்தைப் பாதித்தன. பேரானந்தம் நிறைந்திருந்த அவர் உள்ளம் ஒரே வினாடியில் எல்லை காணாத துக்கத்தில் ஆழ்ந்தது.

இந்தத் துக்கத்தைச் சகிக்க என்னால் இயலாது. இதை மீறி என்னால் வாழ முடியாது என்பது நிச்சயம். தேவலோகத் திலிருந்து வந்த தேவர்கள் என்னை அணுகினார்கள். எனக்கு கிறிஸ்துமஸ் பாடல்களைப் பாடிக்காட்டினார்கள். இன்னும் பாடியிருப்பார்கள். எல்லை அற்ற இன்பத்தைக் கண்டிருப்பேன் நான். அவர்கள் துரத்தப்பட்டார்கள். மனிதனின் அவநம்பிக்கை என்னும் சைத்தான் அவர்களைத் துரத்தி விட்டது. என் செய்வேன்?" என்று துக்கம் தாளாமல் முனகினார் அப்பட்ஹான்ஸ்.

ஆனால் அந்த நிமிஷத்திலும் அவருக்கு ஞாபகம் இருந்தது. திருடனுக்கு மன்னிப்பு வாங்கித் தருவதாகத் தான் சொல்லிருந்த விஷயம். ஆர்ச் பிஷப்பு அப்ஸலனுக்குத் தான் மலர் கொண்டு வந்து வருவதாகச் சொன்ன விஷயம் ஞாபகம்

வந்தது. தேவவனத்திலிருந்து ஒரு தேவமலர் கொண்டு போய் ஆர்ச்பிஷப்பிடம் காட்டி விட்டால் அவர் அந்தத் திருடனை மன்னித்து விடுவார். தேவவனம் கண்ணெதிரே மறைந்த அழிந்து கொண்டிருக்கிறது. கடைசி நிமிஷத்தில் அப்பட்ஹான்ஸ் கீழே விழுந்து தன் கையில் அகப்பட்ட புஷ்பத்தை பறிக்க முயன்றார். ஒரு மலர் சற்று முன் அங்கு செழித்துக் கிடந்த வனத்திலிருந்து ஒரு மலர் பறித்து விடவேண்டுமென்று அவர் முயன்றார். தரையில் பட்ட அவர் கைகள் சில்லிட்டன. தரை சற்று முன் இருந்த நிலை மாறி மீண்டும் பனியால் மூடப்பட்டிருந்தது. பனிப்போர்வைக்குள் விரல்களால் துழவினார் அப்பட்ஹான்ஸ். அதை எடுத்துக் கொண்டு எழுந்திருக்க முயன்றார். எழுந்திருக்கமுடியவில்லை. நெடுஞ்சாண்கிடையாகக் கீழே விழுந்தார். விழுந்தபடியே கிடந்தார். அவர் அப்படிக் கீழே விழுந்து கிடந்ததை யாரும் கவனிக்கவில்லை. மீண்டும் இருட்டி விட்டது; பனி பெய்தது. மாரிக்காலம் தோன்றி விட்டது என்று கண்டவுடன் திருடனும், அவன் மனைவியும், குழந்தைகளும், சிஷ்யனும் திருடனுடைய குடிசைக்குத் திரும்பி விட்டார்கள். இருட்டிலேயே தட்டுத்தடுமாறிக் கொண்டு திரும்பினார்கள். குடிசையினுள் எரிந்த சிறு விளக்கு வெளிச்சத்தில் போய் நின்ற பிறகுதான் அப்பட்ஹான்ஸ் தங்களுடன் குடிசைக்குத் திரும்பவில்லை என்று அறிந்தார்கள். கனப்பில் எரிந்து கொண்டிருந்த நாலைந்து கட்டைகளை எடுத்துக் கொண்டு, குடிசைக்கு வெளியே அவர்கள் வந்து அப்பட்ஹான்ஸைத் தேடினார்கள். பனியின் மேல் இறந்து கிடந்தார் அப்பட்ஹான்ஸ். அவருடைய சிஷ்யன் அடித்துக் கொண்டு அழுதான். தன்னால் தான் அப்பட்ஹான்ஸ் உயிரிழக்க நேர்ந்தது என்று சந்தேகமில்லாமல் தெரிந்தது. எல்லையற்ற ஆனந்த சாகரத்தின் கரையிலே நின்றிருந்த அவர் அதிலே இறங்க முடியாமல் செய்து விட்டான். சைத்தானின் சூழ்ச்சி என்று எண்ணி அத்தேவவனத்தையும், அத்தேவ ஆனந்தத்தையும் அழித்து விட்டான். பாபிதான் அவன்! கிண்ணத்திலே தேவமது, தேவாம்ருதம் நிரம்பியிருந்தது. அதை அவர் கையில் எடுத்து அருந்துவதற்கு வாயண்டை கொண்டு போனார். அந்த வினாடியில் அவர் கையிலிருந்த

கிண்ணத்தைத் தட்டி விட்டான் சிஷ்யன். பாபிதான் அவன் சந்தேகம் என்ன?

அப்பட்ஹான்ஸினுடைய சடலத்தை ஊவிட் மடத்துக்குத் தூக்கிச் சென்றார்கள். உடலைக் கழுவிக் கிடத்த முயலும் போது அவர் வலது கை மூடியிருப்பதை சிஷ்யர்கள் கண்டார்கள். சாகும் சமயத்தில் அவர் கையில் ஏதையோ பற்றிக் கொண்டிருந்தார் போலும். கையைப் பிரித்துப் பார்த்தபோது கைக்குள் இரண்டு கிழங்குகள் இருப்பது தெரிந்தது. சிறு கிழங்குகள், எந்த மாதிரியான செடியின் கிழங்குகள் அவை என்பது யாருக்கும் தெரியவில்லை.

கீயிங்கே காட்டுக்குள் அப்பட் ஹான்ஸுடன் போய் வந்த சிஷ்யன் அந்தக் கிழங்குகளைக் கொண்டு போய் அவருடைய தோட்டத்தில் ஊன்றி வைத்தான். அவை எப்படி முளைக்கின்றன. முளைத்துத் தழைக்கின்றன. பூக்கின்றன என்று பார்க்க வேண்டும் என்று தன் கையாலேயே தண்ணீர் விட்டு தினம் தினம் கவனித்து வந்தான். பூக்குமா, பூக்காதா என்று கூடத் தெரியவில்லை. அது வளமாகக் கூட வளரவில்லை. வஸந்தம் வந்து போயிற்று. கோடை வந்து போயிற்று; இலையுதிர் காலம் வந்து போயிற்று. அடுத்த மாரிக்காலமும் வந்தது. அப்பட் ஹான்ஸினுடைய தோட்டத்திலிருந்த செடி கொடிகளெல்லாம் அழிந்து விட்டன. அழுகி விட்டன. சிஷ்யன் கூட இப்பொழுதெல்லாம் தோட்டத்திற்குள் போவதில்லை; என்ன இருக்கப் போகிறது என்ற சிந்தனை போலும்.

சரியாக ஒரு வருஷம் கழிந்து விட்டது. மறுநாள் விடிந்தால் கிறிஸ்துமஸ். அப்பட்ஹான்ஸுடன் தான் கீயிங்கே வனத்துக் போய் வந்தது பற்றி அன்று சிஷ்யனுக்கு ஞாபகம் வந்தது. புனிதமான தன் குருவைப் பற்றிய ஞாபகங்களைத் தனிமையில் அவருடைய தோட்டத்தில் அனுபவிக்க வேண்டுமென்ற எண்ணத்துடன் அவன் தோட்டத்திற்குள் சென்றான். அங்கு ஓர் அபூர்வமான விஷயம் அவன் கவனத்தைத் கவர்ந்தது. அப்பட்ஹான்ஸ் கையில் இருந்த கிழங்குகளை நட்டிருந்த இடத்தில் ஏதோ ஒரு செடி முளைத்திருந்ததைக் கண்டான்.

பச்சைப்பசேலென்ற இலைகளுடன் அது வளர்ந்திருந்தது. வியப்பான விஷயம்தான். தேவ வனத்திலிருந்தது வந்த அந்த கிழங்கு கிறிஸ்து பிறந்த நாளைக் கொண்டாடுவதற்காக இப்பொழுது முளைத்து இலைகள் விட்டிருக்கிறது. அற்புதமாகப் பூத்தாலும் பூக்கும் என்று எண்ணும் போது சிஷ்யனின் மெய் சிலிர்த்தது. அதே வினாடி அந்தச் செடியிலே அழகான புஷ்பங்கள், வெள்ளியும் தங்கமுமாக மலர்ந்து கண்ணை மயக்கின. ஓட்டமும், நடையுமாகப் போய் மடத்திலிருந்த மதகுருமாரையும், சிஷ்யர்களையும் கூப்பிட்டுக் கொண்டு வந்தான். அக்காலத்தில் முளைத்துத் தழைத்து மலர்ந்திருந்த அந்தச் செடியைப் பார்த்து எல்லோரும் ஆச்சரியத்தில் அழுந்தினார்கள். உலகத்திலே வேறு எங்கும் இல்லாத அதிசயம் அது. தேவவனத்திலிருந்து அப்பட்ஹான்ஸ் தன் உயிரையும் கொடுத்துக் கொண்டு வந்திருந்த அந்த தேவ மலர்ச்செடியை வணங்க வேண்டும் என்று அவர்களுக்குத் தோன்றிற்று. அந்தச் செடியில் பூத்திருந்த சில மலர்களைப் பறித்துக் கொண்டு போய் ஆர்ச் பிஷப்பு அப்ஸலனிடம் கொடுக்க வேண்டும் என்று அப்பட் ஹான்ஸினுடைய சிஷ்யனுக்குத் தோன்றிற்று. ஆர்ச் பிஷப்புக்கும், அப்பட் ஹான்ஸீக்கும் இடையே நடந்த பேச்சுவார்த்தைகள் அவனுக்குத் தெரியும். ஆகவே நேரே ஆர்ச் பிஷப்பண்டை போய் அந்த மலர்களைக் கொடுத்து விட்டு அவன் சொன்னான்.

“அப்பட் ஹான்ஸ் இந்த மலர்களை உங்களிடம் அனுப்பி இருக்கிறார். போன கிறிஸ்துமஸ் அன்று கீயிங்கே வனத்தில் அப்பட் ஹான்ஸ் பறித்துத் தங்களிடம் கொடுக்க வேண்டுமென்று எண்ணியவை இவைதான்.”

நடு மாரியில், புல் பூண்டெல்லாம் செத்து அழுகிக் கிடக்கையில், மலர்ந்த அத்தேவ மலர்களை ஆச்சரியத்துடன் பார்த்தார் ஆர்ச் பிஷப்பு அப்ஸலன். அப்பட் ஹான்ஸினுடைய சிஷ்யன் சொன்ன வார்த்தைகளையும் கவனித்தார். ஏதோ ஒரு விந்தையைக் கண்டவர் போலப் பிரமித்து நின்றார். நீண்ட நேரம் மௌனமாக இருந்தார். பின்னர் சொன்னார்.

"தான் கொடுத்த வாக்கை அப்பட் ஹான்ஸ் நிறைவேற்றி விட்டார். நானும் என் வாக்கைக் காப்பாற்றி விடுகிறேன்", என்றார் ஆர்ச் பிஷப். உடனே தன் குமாஸ்தாவைக் கூப்பிட்டு மன்னிப்புக் கடிதம் எழுதும்படி உத்தரவிட்டார். திருடன் மீண்டும் மனிதர்களிடையே மனிதனாக நடமாடலாம். அவன் செய்திருந்த குற்றங்களெல்லாம் மன்னித்தாகி விட்டது என்று விளம்பரம் செய்யச் சொன்னார். மன்னிப்புக் கடிதத்தை மலர்களைக் கொண்டு வந்த சிஷ்யனிடம் கொடுத்து அனுப்பினார்.

காலந்தாழ்த்தாமல் அன்றிரவே சிஷ்யன் புறப்பட்டுத் திருடனைத் தேடிக் கொண்டு கீயிங்கே காட்டுக்குப் போனான். கிறிஸ்துமஸ் தினத்தன்று அதிகாலையில் திருடனுடைய குடிசையை அடைந்தான். அவனைப் பார்த்தவுடன் திருடன் கோபமாகக் கையில் ஒரு கோடாலியைத் தூக்கிக் கொண்டு வந்தான்.

"உன்னையும், மடத்தைச் சேர்ந்த உன்னைப் போன்றவர்களையும் வெட்டிக் கண்டதுண்டமாக்க வேண்டும் என்று எனக்குத் தோன்றுகிறது. நீங்களும் கிறிஸ்தவர்களா?" மேலும் சொன்னான், "உன்னால்தான் நேற்று இரவு இவ்வனத்தில் வழக்கம்போல் கிறிஸ்துமஸ் மலர்கள் மலரவில்லை."

"என்னால் தான் என்று ஒப்புக்கொள்கிறேன். நான் செய்த தவறுதான் அது. நான் செய்த தவறுக்காக நான் என் உயிரைக் கொடுக்கவும் தயாராகவே இருக்கிறேன். ஆனால் நான் சாவதற்கு முன் ஒரு காரியம் உங்களிடம் சொல்ல வேண்டும். அப்பட் ஹான்ஸிடமிருந்து வந்திருக்கிறேன்." இப்படிச் சொல்லிக் கொண்டே அவன் ஆர்ச் பிஷப்பினுடைய மன்னிப்புக் கடிதத்தை திருடன் கையில் கொடுத்தான். இனிமேல் திருடன் யாருக்கும் பயந்து காட்டில் ஒளிந்து கொள்ள வேண்டியதில்லை என்று தெரிவித்தான். இனிமேல் நீயும், உன் மனைவியும், உன் குழந்தைகளும் காட்டிலே தனியாகக் கிடந்து அவஸ்தைப்பட வேண்டியதில்லை. மற்றவர்களைப் போல நீயும் கிறிஸ்துமஸ் பண்டிகையைக் கொண்டாடலாம். கோயிலுக்குப் போகலாம்.

மனிதனாகி விட்டாய் நீ - அப்பட் ஹான்ஸின் முயற்சியால் மீண்டும். சாகும்போதுகூட அவர் உன்னை மறக்கவில்லை.

திருடனுக்கு நம்பிக்கை வரவில்லை. வெகுநேரம் ஸ்தம்பித்துப் போய் அப்படியே நின்றான். முகம் முதலில் வெளிரிட்டது. பின்னர் இரத்தமேறிச் சிவந்தது. என்ன சொல்வதென்று தெரியாமல் விழித்தான். திருடனுக்குப் பதில் அவன் மனைவிதான் கடைசியில் பதில் அளித்தாள்.

"அப்பட் ஹான்ஸ் தன்னுடைய வார்த்தையைக் காப்பாற்றி விட்டார். என் கணவனும் தன் வார்த்தையைக் காப்பாற்றுவான். அவன் இனித் திருடமாட்டான். மனிதர்களிடையே யோக்கியனாக வாழுவான்" என்றாள்.

திருடனும், திருடனுடைய மனைவியும், குழந்தைகளும் அக்கணமே குடிசையை விட்டு நகருக்குப் புறப்பட்டனர். அவர்கள் போன பின் அப்பட் ஹான்ஸினுடைய சிஷ்யன் அங்கே நடுக்காட்டில் குகையில் குடியேறினான். தான் செய்த பாபத்துக்கெல்லாம் பிராயச்சித்தம் செய்ய விரும்பினான் அவன். தன் காலத்தை சிந்தனையிலும், பிரார்த்தனையிலும் கழித்தான். தவம் செய்தான்.

ஆனால் கீயிங்கே காட்டிலே அதற்கப்புறம் எந்தக் கிறிஸ்துமஸ் இரவிலும் எவ்விதமான மாறுதலும் நேருவதில்லை. அதற்குப் பிறகு தேவவனம் யார் கண்ணிலும் பட்டதில்லை. அத்தேவவனத்தின் ஞாபகர்த்தமாக இப்போது இருப்பதெல்லாம் ஊவிட் மடத்திலே அப்பட் ஹான்ஸினுடைய தோட்டத்திலே உள்ள அந்த ஒரு செடிதான். அந்தச் செடிக்கு கிறிஸ்துமஸ் ரோஜாச்செடி என்றும், அதில் பூக்கும் பூக்களை தேவமலர்கள் என்றும் ஜனங்கள் கொண்டாடுகிறார்கள். ஒவ்வொரு வருஷமும், அச்செடி கிறிஸ்துமஸ் தினத்துக்கு முந்திய இரவு பூக்கிறது. நடுமாரிக்காலத்திலே உலகத்தில் மற்றெல்லாச் செடிகளும் இலைகள்கூட இல்லாமல் அழிந்துபோய் நிற்கும் சமயத்திலே அது பசேலென்று இலை தளிர்த்து வெளேரென்று பூக்கிறது. உண்மையிலே அது தேவமலர் தான்.

தமிழில் க.நா.சு.

அடிமைப் பெண்

ஸெல்மா லாகர்லெவ்

கவியும் கற்பனையும்

அந்தக் காலத்திய ஸ்வீடன் தேசத்தின் தலைநகராக இருந்த அப்ஸலாவிலே, அரண்மனையை அடுத்திருந்த கன்னிமாடம் மிகவும் குறுகலான, தாழ்ந்த, அழகோ அலங்காரமோ இல்லாத ஒரு கட்டிடம். புறாக்கூண்டுபோல அது பல தூண்களின் மேலே தரையிலிருந்து பத்தடி உயரத்தில் கட்டப்பட்டிருந்தது. ஏணிப்படி போன்ற குறுகலான, செங்குத்தான படிகளில் தொத்தி ஏறிச்சென்றுதான் கன்னிமாடத்தை அடைய வேண்டும். உயரம் அதிகமில்லாத நிலைப்படியைக் குனிந்து தாண்டிச் செல்ல வேண்டும்; இல்லாவிட்டால் மண்டை உடைந்துவிடும். சுவர்களில், உள்புறத்தில், பண்டைக் காவியங்களிலிருந்து காதல் விஷயமான பல வரிகள் பொறிக்கப்பட்டிருந்தன – கன்னிமாடத்தில் வசித்த கன்னிமார்களுக்கு அவை எப்பொழுதும் ஞாபகத்தில் இருக்க வேண்டும் என்று. வெளி உலகத்தை எட்டிப் பார்க்க இடங்கிடையாது கன்னிமாடத்தில். ஆனால் கண்கள் உள்ள சாளரங்கள் பல இருந்தன. அக்கண்கள் மூலம் தூரத்து மலைச் சிகரங்களையும் அவற்றில் ஊசலாடும் கருமேகங்களையும் காணலாம்.

கிழக் கவி ஹியால்டே பலநாட்களாக அப்ஸலா அரண்மனையிலே விருந்தினனாகத் தங்கியிருந்தான். அப்படி அவன் தங்கியிருந்த ஒவ்வொரு நாளும் தள்ளாடித் தள்ளாடி நடந்து வந்து, குறுகலான மச்சுப்படியிலே தொத்தி ஏறி, கன்னி மாடத்துக்கு வருவான் – ராஜகுமாரி இஞ்செகார்டைத் தேடிக்கொண்டு. வாய் ஓயாமல் அவன் அவளிடம் நார்வே தேசத்து அரசனான ஹாரல்டினுடைய பிள்ளை ஓலாவைப்பற்றிப் பேசுவான். பேசுவான் என்று சொல்வது பிசகு, கிழவனானாலும் அவன் கவிஅல்லவா? அவன் பேச்சே கவிதையாக இருக்கும். தவிரவும் அவன் ஓலாவினுடய பிரதாபங்களைப் பாட்டாகவும் இசைத்திருந்தான். உத்ஸாகமாப் பாடுவான்.

இப்படி ஓலாவின் புகழைப் பாடுவதற்கும் பேசுவதற்கும் என்று கவி ஹியால்டே வரும்போதெல்லாம், ராஜகுமாரியின் தோழிகளில் ஒருத்தியான ஆஸ்டிரிடா என்பவள் கூட வந்து உட்கார்ந்து கேட்டுக் கொண்டிருப்பாள். பேச்சு ஆரம்பிக்கும்போது இரண்டு யுவதிகளும் நூல் வேலை ஏதாவது செய்து கொண்டிருப்பார்கள். கொஞ்சங் கொஞ்சமாக, கவியின் பேச்சிலே சுவாரசியமும் சூடும் ஏற ஏற, நூல்வேலை தானாக நின்றுவிடும். நூல் பந்துகளும், ஊசிகளும் கவனிப்பாரற்றுத் தரையிலே கிடக்கும். ஆனால் இந்தப் பெண்களுடைய கைகள்தான் சும்மா இருந்தனவே தவிர, அவர்களுடைய கற்பனை சும்மா இருக்காது; மிகவும் சுறுசுறுப்பாகவே இருக்கும். கவியினுடைய வார்த்தைகளும், இந்தப் பெண்களுடைய கற்பனையுமாக இழைந்து, ஓலாவ் அரசனுக்கு இரண்டு விதமான, வித்தியாசமான உருவங்களைக் கொடுத்துவிட்டன. அரசகுமாரி உருவகப்படுத்திக் கொண்டபடி ஓலாவை அவள் தோழி உருவகப்படுத்திக் கொள்ளவில்லை.

ராஜகுமாரியின் கற்பனையிலே ஓலாவ் ஒரு புண்ய புருஷனாக உருவமாகி இருந்தான். எவ்வளவு புனிதமான, அந்தப் புனிதத்தினாலேயே அழகான உருவம் அது! அந்த உருவத்தை நினைக்கும் ஒவ்வொரு தடவையும் ராஜகுமாரிக்கு மண்டியிட்டுத் தாழ்ந்து வணங்க வேண்டும் என்று தோன்றும். மன்னன் ஓலாவ், அவள் கற்பனையில், மணி முடி தரித்து,

நாலு பக்கத்திலும் சிம்மங்களால் தாங்கப்பட்ட ஓர் உயர்ந்த சிம்மாசனத்திலே கம்பீரமாக அமர்ந்திருந்தான்; சிவப்பும் தங்கமுமாக இழைத்திருந்த ஓர் அழகிய போர்வையைப் போர்த்தியிருந்தான். அவன் கையிலே செங்கோல் இல்லை; கத்தியில்லை; ஆனால் இதற்கெல்லாம் மேலாகக் கடவுளின் வாக்கியங்களைத் தாங்கிய ஓலைச்சுருள் இருந்தது. மணிமுடிக்குள் அடங்காமல் அவன் தலைமயிர் வெளியே விழுந்து சிதறி அலை அலையாக அவன் தோள்மேல் புரண்டு கொண்டிருந்தது. அவன் கண்களிலேதான் என்ன அமைதி! அவன் முகத்திலேதான் என்ன பரவசம் படர்ந்திருந்தது! அந்த பக்தியினால் ஏற்பட்ட ஒரு தேஜஸ், சாதாரண மனிதர்களைப் பயமுறுத்தும் சக்தி வாய்ந்ததாக இருந்தது என்பதில் ஆச்சரியம் ஒன்றுமில்லை என்று எண்ணினாள் ராஜகுமாரி. மன்னன் ஓலாவ் வெறும் மன்னன் மட்டும் அல்ல, பரம பக்தன் என்பதை எண்ணி எண்ணிப் பரவசமடைந்தாள் அவள்.

தோழி ஆஸ்டிரிடாவின் கற்பனையில் தோன்றிய ஓலாவின் உருவம் இந்த உருவத்துக்கு முற்றிலும் மாறுபட்டது. அதில் அதிசயம் ஒன்றுமில்லை. ஆஸ்டிரிடா என்பவள் அடிமைக் குலத்தில் அரசனுக்குப் பிறந்து, பசியையும், குளிரையும், ஏழ்மையையும் கண்டு அறிந்து அனுபவித்தவள். அழகிலே ராஜகுமாரிக்குச் சற்றும் மட்டமானவள் அல்ல. சன்னமான, துவளும் தங்கக் கம்பிகளாக அவள் தலைமயிர் நீண்டு அடர்ந்து வளர்ந்திருந்தது. கவியின் வார்த்தைகளைக் கேட்டுக் கேட்டு, ஓலாவின் புகழையும், பிரதாபங்களையும் எண்ணி எண்ணி, அவள் மனசும் முகமும் ஒருங்கே அதிசயமானதோர் பொலிவு பெற்றிருந்தன. எவ்வளவோ கஷ்டப்பட்டவள்; அவதிப்பட்டவள்; ஆனால் எந்தக் கஷ்டத்திலும், எந்த அவதியிலும், சிரித்த முகத்துடனும், ஹாஸ்யம் ததும்பும் வார்த்தைகளுடனும் இருப்பவள். கன்னிமாடத்தின் சுவர்களில் வேறு யாருடைய நகையொலியும் அவ்வளவு உரக்கப் பட்டு எதிரொலிக்காது. கவி ஒவ்வொரு தரமும் ஓலாவ் என்று சொல்லும் போது அவள் கற்பனையில் சிரிக்கும் வீரன் ஒருவனின் உருவம் எழுந்தது. சற்றுக் குட்டையானவன்தான். ஆனால் அகன்ற

மார்பும், நீண்ட கைகளும் உடையவன். வேலெடுத்து அவன் கையால் வீசினால் திக்குகளையெல்லாம் கிழித்துக்கொண்டு பாயும். கத்தி எடுத்து அவன் வெட்டினால் பாதாளம் வரையில் கிழியும். வீறுகொண்ட நடையும்... காவிய நாயகன் அவன். அவனைப் பற்றி அதிகம் சொல்வானேன்? கவிகளே அவனை வர்ணிக்க வல்லவர்கள். அவன் இப்பொழுது நார்வேயின் அரசனாக மட்டுந்தான் இருந்தான். ஆனால் அவன் பிற்காலத்திலே உலகத்தின் சகல தேசங்களையும் ஆளுவான் – வென்று முடிசூடுவான். அவனுடைய நெற்றி பரந்த மலை போன்ற நெற்றி – எவ்வளவு பெரிய மணிமுடியையும் தாங்கக்கூடியது. அவன் கண்கள் கடல் போன்றவை – ஆழ்ந்த நீலம் கொண்டவை. அவன் கன்னங்கள் ஆப்பிள் கதுப்புப் போலச் சிவந்தவை.

இந்த இரண்டு கற்பனை உருவங்களும் எவ்வளவோ வித்தியாசமானவைதான்; எனினும் இரண்டும் கவியின் வார்த்தைகளால் எழுந்தவையே. இரண்டு பெண் உள்ளங்கள் தங்கள் லக்ஷியத்தைக் கண்டுவிட்டன – அவ்வளவுதான். ராஜகுமாரி தன்னுடைய கற்பனை ஓலாவை எவ்வளவு ஆர்வத்துடன் நேசித்தாளோ அவ்வளவு ஆர்வத்துடன் தன்னுடைய கற்பனை ஓலாவை அடிமைப்பெண்ணும் நேசித்தாள்.

தன் வார்த்தைகளால் இந்த இரண்டு பெண்களின் அந்தரங்கத்திலும் ஸ்தாபிதமான இரு வேறு உருவங்களையும் கவி ஹியால்டே மட்டும் பார்க்க முடிந்திருக்குமேயானால், அவன் என்ன சொல்லியிருப்பான்? என்ன சொல்லியிருக்கப் போகிறான்? இரண்டுமே உண்மைக்கு ஒத்தவைதான் என்றே சொல்லியிருப்பான். ஏனென்றால் அரசன் ஓலாவ் மிகவும் பாக்கியசாலி. அவனைப் போன்ற பாக்கியசாலி இவ்வுலகிலே வேறு யாருமே கிடையாது என்றுதான் சொல்ல வேண்டும். அவனிடம் வீரம் மட்டும் அல்ல; தெய்வ பக்தியும் பரிபூரணமாகவே குடியிருந்தது.

கிழக் கவி ஹியால்டே மற்றக் கவிகளைப்போல ஓலாவைப் பற்றி வெறும் பொய்களாகச் சொல்லி அடுக்கிக்கொண்டு போகவில்லை. தான் பரிபூரணமாக உண்மை என்று நம்பிய விஷயங்களையே அவன் கவிதையாக இசைத்தான். அவன் எவ்வளவோ தேசங்களில் சுற்றி அலைந்தவன். அரசர்களுடனும், அரச குமாரர்களுடனும், வீரர்களுடனும், பக்தர்களுடனும் நெருங்கிப் பழகியவன் அவன். ஊர் ஊராக, தேசம் தேசமாகப் போய் பலரையும் சந்தித்துப் பழகியவன். ஆனால் எந்தத் தேசத்திலும் ஓலாவைப் போன்ற வேறு ஒரு மனிதனை அவன் கண்டதில்லை . முன் காலத்திய சரித்திர நாயகர்களில் சிலர் அவனைப்போல இருந்ததுண்டு என்று வேண்டுமானாலும் சொல்லலாம். ஓலாவைப் போன்றதோர் காவிய நாயகனைக் கண்டறிந்து பழகக்கிடைத்ததைத் தன் பெரும் பாக்கியம் என்றே கவி ஹியால்டே கருதினான். காவிய நாயகனாக இருப்பதற்கு ஓலாவ் சகல விதங்களிலும் தகுதியானவன்.

ஹியால்டே ஓலாவைப்பற்றி ஒரு கவியில் பாடியிருந்தான்: "ஓலாவை நான் மறந்துவிடும்படிச் செய்யக் கூடிய மனிதன் யார்? அவனைவிடச் சிறந்த குணங்களும் வீரமும் படைத்த மனிதன் இப்பரந்த உலகிலே இப்பொழுது எவன் இருக்கிறான்?"

ஹியால்டேயினுடைய பாட்டுகளும், கவிதைகளும், சிந்தனைகளும் அழகு நிறைந்தவையாக இருந்தன. ஆனால் அவன் முகத்திலோ, உடலிலோ அழகென்பதே இல்லை. கிழவன் என்பதனால் மட்டும் அல்ல. அவன் வாலிபப் பருவத்தில் கூட அழகனாக இருந்திருக்க மாட்டான் என்பது நிச்சயம். அக அழகுதான் கொடுத்து விட்டோமே அவனுக்கு, முக அழகு எதற்கு என்று கடவுள் அவனை அழகில்லாமல் படைத்து விட்டாரோ என்னவோ தெரியவில்லை. அவன் தலைமயிர் இன்னும் நரைக்கவில்லை; கறுப்பாகவே இருந்தது. ஆனால் அவன் தலைமயிரையும்விட இருண்டிருந்தது அவன் முகம். முகம் எப்படியானால் என்ன? அவன் கண்களிலே சதா அபூர்வமானதோர் ஒளி வீசிக்கொண்டிருந்தது. அவன் கண்களைக் கண்ட யாரும் அவன் பெரிய கவி என்பதை க்ஷணத்திலே ஒப்புக்கொண்டு விடுவார்கள்.

ஓலாவ்தான் அவர்களுடைய காவிய நாயகன்; லக்ஷிய புருஷன். அவனுடைய யுத்தங்களையும், வீர தீரப் பராக்கிரமச் செயல்களையும் புகழ்ந்து பாடினான்; அவனுடைய ஒப்புயர்வற்ற தெய்வ பக்தியையும் ஆத்ம சோதனையையும் புகழ்ந்து பாடினான். ஆனால் என்ன வீரம் இருந்து என்ன பயன்? என்ன பக்தியிருந்து என்ன பயன்? இதெல்லாம் கல்லும் கரடும் நிறைந்த கட்டாந்தரை தானே? அவனுக்கேற்ற பெண் கண்டு அவன் மனம் அழகாக மலர வேண்டாமா? காவிய நாயகன் காதல் நாயகனாக மாறாதது, காதல் கவிதைக்கு இடந்தராதது, பெருங்குறையேயல்லவா?

இப்படியெல்லாம் சிந்தித்துக் கஷ்டப்பட்டுக் கொண்டிருக்கும் சமயத்தில் ஸ்வீடன் தேசத்து அரசனின் அரண்மனைக்கு வந்து சேர்ந்தான் கவி ஹியால்டே. அங்கு ஸ்வீடன் தேசத்து அரசனின் ஒரே குமாரியான இஞ் செகார்டைக் கண்டான். அவளைக் கண்டது முதல் கவியின் உள்ளத்திலே ஒரே ஒரு எண்ணம்தான் குடிகொண்டிருந்தது.

அவனுடைய காவிய நாயகன் ஓலாவ் ஆண்களிலே சிகரம் போன்றவன் என்றால், இஞ்செகார்டைப் பெண்களின் திலகம் என்று சொல்லவேண்டும் என்று கவிக்குத் தோன்றிற்று. அவளைவிடச் சிறந்தவளை – அழகில் ஆகட்டும், பெண் தன்மையில் ஆகட்டும், கவி ஹியால்டே வேறு எங்கேயும் கண்டதில்லை. ஓலாவுக்கு ஈடானவள் அவள். சந்தேகமே யில்லை.

திடீரென்று கவிக்குச் சந்தோஷம் உண்டாகிவிட்டது. தனது ஓலாவுக்கு ஏற்றவளான ஒரு பெண்ணை அவன் கண்டுவிட்டான். அவளைவிடச் சிறந்தவள் கிடைப்பதரிது – ஓலாவுக்கு. அவனைவிட சிறந்தவன் கிடைப்பதரிது – இஞ் செகார்டுக்கு. இவர்களிடையே காதல் தீயை வளர்ப்பதே தன்னுடைய புனிதமான கடமை என்று எண்ணினான் கவி. அவர்களுடைய காதலைப் பாடுவதைத் தனிபாக்கியம் என்று கருதினான்.

பெண் குலத்தின் வெற்றி அவள். ஆண் குலத்தின் சிகரம் அவன். இருவரும் அதுவரை ஒருவரையொருவர் சந்தித்ததில்லை என்றாலும் ஒருவரையொருவர் காதலிக்கும்படிச் செய்வது அவ்வளவு கடினமான காரியமாகப் படவில்லை கவிக்கு. அவன் கவி. கலைகளெல்லாம், பழைய காதல் காவியங்கள் எல்லாம், தெய்வங்கள் எல்லாம்கூட, அவனுக்கு இவ்விஷயத்தில் உதவி செய்யும்.

இந்தச் சிந்தனை மனசில் தோன்றியவுடனே வீரக்கவி ஹியால்டே வீரர்களைப்பற்றிப் பாட்டுக் கட்டுவதை நிறுத்தி விட்டான். சேனை வீரர்களுடன் அளவளாவுவதையும் நிறுத்திவிட்டான். இனிமையான காதல் கவிதைகள் பல இயற்றினான். பொழுதை எல்லாம் கன்னிமாடத்திலே ராஜகுமாரியுடன் கழிக்கலானான்; வீராவேசம் ததும்பும் கனல் வார்த்தைகளை எல்லாம் கட்டி வைத்துவிட்டு, மிருதுவான வார்த்தைகளை இன்பங் கொட்டும் மெட்டிலே அமைத்தும் பாடலானான். இந்தப் பாட்டுக்களைக் கேட்பவர்கள், பழைய ஹியால்டேதான் பாடியவை இவை என்பதை நம்ப மறுத்தாலும் மறுப்பார்கள்!

இஞ்செகார்டையும் ஓலாவையும் மண வாழ்க்கையிலே பிணைப்பது என்பது கவியினுடைய வாழ்க்கை லக்ஷியமாகி விட்டது. இந்தக் காரியத்தில் மட்டும் அவன் வெற்றி பெற்றுவிட்டானேயானால் – இது அவனுடைய புகழ்பெற்ற காவியங்களை எல்லாம் விட உண்மையான, அழகான காவியமாகிவிடும்.

கிழக்கவி தன் காவிய நாயகனுக்காகக் காதல் கனவுகள் காணத் தொடங்கினான். புல் பூண்டு கூட வேர்விட்டு முளைக்க முடியாத கட்டாந்தரை மத்தியிலே ஓர் அற்புதச் சிவப்பு ரோஜாச் செடி முளைத்துத் தழைத்துச் செக்கச் செவேலென்று ஒரே ஒரு பூ பூத்திருப்பதுபோல் இருந்தது, கிழக்கவியின் உள்ளத்திலே இந்த ஆசை.

இரவெல்லாம் அவன் கனவுதான்.'

வழக்கம்போல ஒருநாள் கன்னிமாடத்திலே கிழக்கவி ஹியால்டே ராஜகுமாரியுடன் பேசிக்கொண்டு உட்கார்ந்திருந்தான். வழக்கம் போலவே தோழி ஆஸ்டிரிடாவும் கூடவே இருந்தாள். மற்றத் தோழிமார் எல்லாம் தங்கள் தங்கள் அலுவல்களைப் பார்த்துக் கொண்டிருந்தார்கள்.

ஓலாவை, ஹாரல்டினுடைய பிள்ளையைப் பற்றித் தான் சொல்ல வேண்டியதை எல்லாம் சொல்லியாகிவிட்டது என்று எண்ணினான் கவி ஹியால்டே. ராஜகுமாரி யினுடைய மனசிலே என்ன இருந்தது என்று அறிய அவன் விரும்பினான். ஓலாவைப்பற்றி அவள் என்ன எண்ணினாள் என்றறியக் கவி துடித்தான். ஏதாவது பேச்சுக் கொடுத்தால் அவள் எக்கச்சக்கமாக ஏதாவது பதில் சொல்லி மாட்டிக் கொள்ளுவாள் என்று அவன் எண்ணினான். "ஒரு வார்த்தை சொல்லுவாள். முகம் சிவக்கும்; ஆசையால் வெட்டுவாள்; கண்ணைக் கவிழ்ப்பாள்'' என்று தனக்குள் சொல்லிக் கொண்டான் கவி.

ஆனால் ராஜகுமாரி உயர்ந்த குலத்திலே உதித்தவள் இல்லையா? எத்தனையோ தலைமுறைகளாகத் தாழ்ந்த குலத்தினரின் கலப்பே இல்லாத ரத்தம் அவள் உடலிலே பாய்ந்து ஓடிக்கொண்டிருந்தது. நடத்தையாலோ, பார்வையாலோ, வார்த்தையாலோ அவள் தன் மனசில் இருந்ததை வெளியே காட்டி விடவில்லை. காதல் என்கிற கள்ளத்தனத்தினால் அவள் கன்னம் சிவக்கவில்லை; அவள் கண்கள் மலரவில்லை; அவள் அதரங்கள் விரியவில்லை. கவியால் கூட எப்படி முயற்சித்தும் அவள் அந்தரங்கத்தை அறிய முடியவில்லை.

அவளுடைய பெண்மையின் திறத்தைக் கண்டு வெட்கித் தலைகுனிந்தான் கவி. 'அவளை ஏமாற்றிவிடலாம் என்று எண்ணியது பிசகல்லவா? ஏமாற்றி அறிந்து கொண்டால்கூட, அப்படி அறிந்ததை உபயோகிப்பது பெண்மைக்குத் துரோகம் செய்ய எண்ணியது தவறுதானே!' என்று சிந்தித்தான் ஹியால்டே. நேரடியாக விஷயத்தை கேட்டுத் தெரிந்து கொள்வதே சரி என்று தீர்மானித்தான்.

நேரடியாக உடனே கேட்கவும் கேட்டுவிட்டான். "இவ்வளவு நாளாக நான் உன்னிடம் ஓலாவின் புகழைப் பாடி வந்திருக்கிறேன். என்ன நினைக்கிறாய் அவனைப் பற்றி?" என்றான்.

ராஜகுமாரி சிறிது நேரம் மௌனம் சாதித்தாள். கவி மீண்டும் கேட்டான்: "ஹாரல்டின் மகன், நார்வேயின் அரசன், ஓலாவ் உன்னை மணக்க விரும்பி உன் தகப்பனாரைக் கேட்கிறான் என்று வைத்துக்கொள். நீ என்ன சொல்லுவாய்? நீ சம்மதிப்பாயா அவனை மணம்புரிந்து கொள்ள?"

இந்தக் கேள்விக்கு என்ன பதில் வரும் என்று அறிய ஆவலை அடக்க மாட்டாமல் துடித்தான் கவி. அடிமைப்பெண் ஆஸ்டிரியாவும் முகத்திலே ஒரு விநோதமான பாவத்துடன் ராஜகுமாரியின் பதிலை எதிர்பார்த்துக் கொண்டு உட்கார்ந்திருந்தாள்.

திடீரென்று, குப்பென்று, ராஜகுமாரியின் முகத்திலே காதல் ஒளி படர்ந்தது. அவளுடைய அழகிய முகம் முன் எப்பொழுதும் இல்லாததோர் அழகுகூடிப் பொலிவு பெற்றது. மலையுச்சியில் நின்று கொண்டு ஆழ்ந்த நீலக்கடலைப் பார்ப்பவன் முகத்திலே படர்ந்திருக்குமே, ஒரு பரவசமான பாவம், அது போன்ற முகபாவத்துடனே ராஜகுமாரி பதில் அளித்தாள்: "உங்கள் அரசன் ஓலாவைப்பற்றி நீ சொன்னாய்: நான் காதாரக் கேட்டேன். நீ பாடினாய்; நான் பரவசமடைந்தேன். நீ சொன்னபடியும் பாடியபடியும் அவன் தெய்வ பக்தனாகவும், மனிதர்களிலே சிறந்தவனாகவும் இருந்து, என்னை மணமுடிக்க விரும்பினால், அதை நான் என் பாக்கியமாகவே கருதுவேன்."

ஆனால் இதைச் சொல்லி முடித்தவுடனே அவள் நீண்டதோர் பெருமூச்சுவிட்டாள். அவள் முகத்தில் திடீரென்று தோன்றியிருந்த ஒளி மறைந்தது. ஏதோ தூரத்தில் எட்டாக் கையிலே ஒரு லக்ஷியத்தை கண்டு அனுபவித்துக் கொண்டிருக்கையில், அதைக் காண்பது கூடத் தவறு என்று சொல்வது போல், பனிவந்து மறைத்தால் எப்படியிருக்கும்?

மீண்டும் ஒருதரம் பெருமூச்சு விட்டாள் ராஜகுமாரி. மீண்டும் சொல்லலானாள்: "ஹியால்டே! நீ கவி. கனவுகள் காண்பதற்கென்றே பிறந்தவன். நீ கனவுகள் காணலாம்; அவற்றை அற்புதமான கவிதைகளாக இசைக்கலாம். ஆனால் நான் ஒரு பெண்; ஓலாவ் ஒரு ராஜகுமாரன். நானும் கனவுகள் காண்கிறேன். என் கனவுகளுக்கும் உன் கனவுகளுக்கும் வித்தியாசம் உண்டு. உன் கனவுகள் கவிதைகளாக உருவம் எடுக்கின்றன. என் கனவுகள் கேவலம் கனவுகளாகவே இருக்கின்றன – அப்படித்தான் இருக்க முடியும். இத்தனை பேச்சிலும் நீ முக்கியமான ஒரு விஷயத்தை மறந்துவிட்டாய், நார்வே தேசத்து அரசன் என் தகப்பனாருக்குப் பரம விரோதி என்பதை நீ மறந்துவிட்டாய். நானும் ஒரு விநாடி மறந்துவிட்டுச் சந்தோஷப்பட்டேன். யுத்த சன்னத்தனாய் வேண்டுமானால் உன் ஓலாவ் ஸ்வீடனுக்கு வருவான். மணமகனாக, என்னை மணக்க விரும்ப வரமாட்டான். இதை அறிந்திருந்தும் நான் இரவெல்லாம் அவனைப் பற்றிக் கனவு காண்கிறேன்!"

"அரசகுமாரி! நீ அதைப்பற்றிக் கவலைப்படடாதே" என்றான் கவி. "உன் சம்மதமிருந்தால் போதும். என் ஓலாவை எனக்கு நன்றாகத் தெரியும். அவன் ஆசை எனக்குத் தெரியும். நீ விரும்புகிறபடியே நடத்தி வைப்பேன் நான்."

கவி ஹியால்டேவுக்குப் பரம ஆனந்தம். தான் நினைத்தபடியே நடக்கும் இனி என்பது பற்றி அவன் முகம் – எப்பொழுதும் இருண்டு அழகில்லாமல் குரூரமாக இருக்கும் முகம் – மலர்ந்தது.

ஆனால் அதற்கு மாறாக அரசகுமாரியின் முகம் மேலும் இருண்டது. "இந்த விஷயம் நீ எதிர்பார்க்கிறபடி முடியாது. என் ஆசையையோ உன் ஓலாவின் ஆசையையோ பொறுத்திருக்கவில்லை இது. ஸ்வீடனின் மன்னனான என் தகப்பனார், ஓலெவ் ஸ்கெடனிஸ், இதற்கு ஒருபொழுதும் சம்மதிக்க மாட்டார் – சம்மதிக்கவே மாட்டார். அவருக்கு ஹாரல்டினிடம் அவனுடைய மகன் ஓலாவிடமும் எவ்வளவு வெறுப்பும் விரோதமும் இருக்கிறது என்பது எனக்கு நன்கு

தெரியும். ஓலாவ் என்கிற பெயரைச் சொல்லும்போதே அவருக்கு அளவு கடந்த கோபம் வந்து விடும். பரம சத்துருவாக அவர் எண்ணியிருக்கும் ஒருவனுக்கு, என்னைக் கல்யாணம் செய்துதர அவர் ஒருநாளும் ஒப்புக்கொள்ள மாட்டார்."

மறுபடியும் பெருமூச்சு விட்டாள் ராஜகுமாரி, தன் பெண்மையையும், தான் ஒரு ராஜகுமாரி என்பதையுங்கூட மறந்து விட்டு இஞ்செகார்டு அழாத குறையாகக் கண்களில் நீர் துளிக்கச் சொன்னாள்: "நான் ஹாரல்டின் மகள், ஓலாவின் பெருமையையும் புகழையும் குணாதிசயங்களையும் உருவத்தையும் அறிந்து ஏங்கி என்ன பயன்? அவனைப் பற்றி அறியாமல் இருந்தாலே நல்லது என்று எனக்குத் தோன்றுகிறது. இப்பொழுது, என் உள்ளத்திலே ஏக்கம் குடிபுகுந்து விட்டது: என் கண்களிலே நீர் தேங்கத் தொடங்கிவிட்டது. என் இரவுகளெல்லாம் ஒரே கனவாக, திரும்பத்திரும்ப அதே கனவாகக் கழியத் தொடங்கிவிட்டன. என் உள்ளத்துடிப்பெல்லாம் ஓலாவ், ஓலாவ் என்று ஓலமிடுகிறது – வெறும் ஓலமே அது! பதில் குரல் கேட்காது என்பது நிச்சயம். ஹியால்டே! நீ அறியாமல் செய்துவிட்டாய். கவிதான் நீ! ஆனாலும் பெண் பாவம் பொல்லாது! உன்னால் வந்த வினைதான் இதெல்லாம். நீ வந்தாய். உன் ஓலாவை என் அகத்திலே குடியேற்றி வைத்து விட்டாய்! கிட்டாத லக்ஷியம் அது. நீ அப்ஸலாவுக்கு அரண்மனைக்கு, என் கன்னிமாடத்துக்கு, வராமல் இருந்திருக்க கூடாதா? எவ்வளவோ நன்றாயிருந்திருக்குமே! நான் ஏதோ சாதாரண ராஜகுமாரியாகக் காலங் கடத்திக் கொண்டிருந்தேன். நீ வந்து, கவிபாடி. பெண்மையைத் தட்டி எழுப்பிவிட்டாய். என் உள்ளத்திலே இனி அமைதிக்கு இடம் கிடையாது."

அதற்குமேல் ராஜகுமாரி இஞ்செகார்டால் பேச முடியவில்லை; வந்த அழுகையையும் அடக்க முடியவில்லை. விம்மி விம்மி அழத் தொடங்கிவிட்டாள்.

அவளுடைய துக்கத்தையும் ஏக்கத்தையும் கண்டு ஸ்தம்பித்துப்போய் விட்டான் கவி. ஒரு விநாடி என்ன

சொல்வது என்று அறியாமல் திக்பிரமை அடைந்தவன் போல நின்றான். பின்னர் சொன்னான்:

"கடவுளின் சித்தம் எப்படியோ அப்படி நடக்கும். அரசகுமாரி, வருந்தாதே! நீ நினைப்பது தவறு. கவியாகிய எனக்குக் கடவுளின் சித்தம் ஓரளவு தெரிகிறது, நன்கு தெரிகிறது – என்றே நான் சொல்லுவேன். நீயும் ஓலாவும் மணம் செய்து கொள்வதையே கடவுள் விரும்புகிறார். உங்கள் இருவரையும் ஒருவருக்கொருவர் ஏற்றவராகப் படைத்ததிலே கடவுளின் நோக்கம் அதுதான். சந்தேகம் என்ன? இவ்வளவு நாளும் உன் தகப்பனார் ஓலாவை வெறுத்து வந்தது என்னவோ உண்மைதான்; இனி அவ்வெறுப்பு மாறிவிடும். உங்கள் இரண்டு தேசங்களுக்கும் இடையே உன்னால், அமைதி நிலவும்; நீ ஓலாவை மணம் செய்துகொள்வதனால். என்னை வையாதே! கடவுளின் தூதனாக வந்த வெறும் கவிதான் நான். என்னை வையாதே! கடவுள் உன் ஆசையைப் பூர்த்தி செய்து வைப்பார். கவலைப்படாதே!"

"கடவுளின் சித்தம்" என்று கவி சொல்ல ஆரம்பித்தவுடனே ராஜகுமாரி சிறிது சிறிதாகத் தன் மனசைத் தேற்றிக்கொள்ள ஆரம்பித்து விட்டாள். கவி தன் பேச்சை நிறுத்தும்போது அவள் உள்ளத்திலே புது நம்பிக்கை உதயமாகிவிட்டது. ஆனாலும் அவள் கண்களிலிருந்த ஈரம் இன்னும் உலரவில்லை.

கவி ஹியால்டே ராஜகுமாரியை விட்டுப் பிரிந்து கன்னிமாடத்தின் வெளிக் கதவைத் தாண்டும்போது அடிமைப்பெண் ஆஸ்டிரிடா வந்து வழிமறித்தாள்.

"கவி! ஏ, கவி ஹியால்டே!" என்று கூப்பிட்டுக்கொண்டே வந்தாள் அவள்.

கவி நின்று திரும்பி அவளைப் பார்த்தான். அவளுக்குத் தன்னிடம் என்ன வேலை இருக்க முடியும் என்று அவனுக்குத் தெரியவில்லை. அவள் அன்று வரையில் அவனிடம் பேசியதே கிடையாது.

ஸெல்மா லாகர்லெவ் ◆ 77

"ஓலாவ், ஹாரல்டினுடைய மகன், என்னைத் தேடிக்கொண்டு வரமாட்டானா? என்னை மணக்க விரும்பி வரமாட்டானா? அப்படி அவன் வருவானேயானால் நான் என்ன சொல்வேன் பதில் என்று நீ என்னைக் கேட்க மாட்டாயா?" என்று கேட்டாள் ஆஸ்டிரிடா.

பதில் சொல்லாமல் ஆச்சரியத்துடன் அவளைப் பார்த்துக்கொண்டே நின்றான் கவி ஹியால்டே. அவள் தன் தலை மயிரை, தலைமேல் தங்கமுடி வைத்தது போல எடுத்துக் கட்டியிருந்தாள். காதிலே கனமான தொங்கட்டான்கள் அணிந்திருந்தாள் அவள். கைகளிலே விநோத வேலைப்பாடுகள் அமைந்த கங்கணங்கள் தரித்திருந்தாள். விலையுயர்ந்த பட்டாடை அணிந்திருந்தாள் அவள். மார்பிலே முத்துத் தாழ்வடங்கள் புரண்டு கொண்டிருந்தன. அவள் அழகிதான் – ஆனால் மனசிலே வேறு எதையோ எண்ணி இன்பக்கனவு கண்டு கொண்டிருந்த கிழக்கவி ஹியால்டே அவள் அழகையும் அலங்காரங்களையும் கவனிக்கவே இல்லை.

சிந்தனையில் ஆழ்ந்தவனாய் அவளைப் பார்த்தபடியே சிறிது நேரம் நின்ற கவி ஹியால்டே கிளம்பினான், போக.

ஆஸ்டிரிடா சொன்னாள்: 'நீ என்ன பதில் சொல்வாய். உன்னை மணக்க வேண்டி ஓலாவ் வந்தால்' என்று ராஜகுமாரி இஞ்செகார்டை மாத்திரம் கேட்டாயே, இப்பொழுது? அதேபோல என்னையும் கேட்க வேண்டும் என்று உனக்குத் தோன்றவில்லையா? நீ ராஜகுமாரியிடம் ஓலாவைப் பற்றி இவ்வளவு நாளாகச் சொல்லி வந்ததை எல்லாம் நானும் உடன் இருந்து கேட்டுக்கொண்டுதான் இருந்தேன். என் மனம் அவனிடம் ஈடுபட்டு விட்டது. அடிமைக்குப் பிறந்தவள்தான் நான்; எனினும் என் உடலிலும் ராஜரத்தம் ஓடுகிறது. என் தாய் பணிப்பெண்ணாக இருந்தவள். ஆனால் என் தகப்பன் அரசன். மன்னனுக்கும் பணிப்பெண்ணுக்கும் பிறந்தவள் நான். என் தாய் உயிருடன் இருந்தவரையில் என்னை யாரும் அடிமைப் பெண்ணாக நடத்தியது கிடையாது. என் தாயார் போனபின் என்னை இந்த அரசகுமாரிக்குப் பணிப் பெண்ணாகவும்

தோழியாகவும் நியமித்தார் என் தகப்பனார் – ஸ்வீடன் தேசத்து மன்னனின் மகள்தான் நானும் ஒருவிதத்தில். நான் உங்கள் ஓலாவுக்கு எவ்விதத்திலும் ஏற்றவள்தான் என்றே எண்ணுகிறேன். நான் அழகாயில்லையா? ராஜகுமாரியையும்விட நான் அழகி என்றுதான் பலரும் சொல்லுகிறார்கள். என் கண்ணாடியும் அப்படித்தான் சொல்கிறது. நீயே பார் – என் கண்கள், என் கேசம், என் கன்னங்கள் – எவ்விதத்தில் நான் ஓலாவுக்கு ஏற்காதவள் என்று சொல்ல முடியும்? நீ கவி. நியாயத்தை நன்கறிந்து பேச வேண்டியவன். நீயே சொல்."

இப்படி ஏதேதோ பேசிக்கொண்டே அடிமைப்பெண் ஆஸ்டிரிடா கன்னிமாடத்தைவிட்டு வெளியேறிக் கவி ஹியால்டேயை பின்தொடர்ந்தாள்.

ஆனால் கவியின் செவியிலே அவள் கூறிய வார்த்தைகள் எல்லாம் விழவேயில்லை. அவன் ஏதோ ஓலாவுக்கும் இஞ் செகார்டுக்கும் மணம் நடந்துவிட்டதாக இன்பக் கனவு கண்டு கொண்டே நடந்து கொண்டிருந்தான்.

தலை முதல் கால்வரை கவசம் அணிந்து நிற்கும் வீரன் மேல் சிறு குழந்தை கூழாங்கல்லைப் பொறுக்கி எறிந்தால் அதை வீரன் கவனிப்பானா? அவசர அலுவலாக வழியோடு போய்க்கொண்டிருக்கும் வழிப்போக்கன் மரக்கிளையிலே உட்கார்ந்து கூவிக்கொண்டிருக்கும் குருவியின் கூக்குரலைப் பாராட்டுவதற்குத் தாமதிப்பானா?

ஜனங்களின் இஷ்டம்

கிழக்கவி ஹியால்டே ராஜகுமாரியினுடைய மனசை அறிந்து கொண்டதுடன் திருப்தி அடைந்து விடவில்லை. மறுநாளே ராஜகுமாரியின் தகப்பனான ஸ்வீடன் தேசத்து அரசனைத் துணிச்சலாக நெருங்கி இது விஷயமாகக் கேட்டு விட்டான் – அவன் குமாரியை, நார்வே தேசத்து அரசன் ஓலாவ், ஹாரல்டினுடைய பிள்ளை ஓலாவுக்கு மணம் செய்துதர முடியுமா என்று.

அப்பொழுது அரசனுக்கு வந்த கோபத்தைப் பார்க்க வேண்டுமே! ஓலாவ் என்கிற பெயரைக் கேட்டவுடனேயே

குதித்தெழுந்தான் அரசன். இவ்வளவு விரோதமும் வெறுப்பும் துவேஷமும் ஏன், எதனால் என்று கவிக்குப் புரியவில்லை; ஆச்சர்யமாக இருந்தது. ராஜகுமாரி தன் தகப்பனாரைப் பற்றிச் சொன்னது உண்மைதான் என்று அறிந்து வியப்படைந்தான் கவி.

"எனினும் இந்தத் திருமணம் நடந்தே தீர வேண்டும். கடவுளின் சித்தம் அதுதான்' என்று தனக்குள்ளேயே சொல்லிக் கொண்டான் கவி.

கடவுளின் சித்தமும் அதுதான் என்று சொல்வதே போல ஒரு காரியம் நடந்தது.

சில நாட்களுக்குப் பிறகு நார்வேயின் மன்னன் ஓலாவிடமிருந்து ஸ்வீடன் தேசத்து மன்னனுக்குச் சமாதான ஓலை வந்தது, தூதுவர் மூலம். இது தெய்வச் செயல், இந்த சமாதான தூதனைப் பயன்படுத்திக் கொள்ள வேண்டும் என்று தோன்றிற்று கவி ஹியால்டேக்கு.

தூதனைச் சந்தித்து அவனிடம் தன் மனசில் இருந்ததைச் சொன்னான் கவி. ஸ்வீடனுக்கும் நார்வேக்கும் இடையே அமைதி நிலவ வேண்டுமானால், நார்வேயின் மன்னன் ஸ்வீடன் தேசத்து ராஜகுமாரியை மணப்பதைவிடச் சிறந்த வழி கிடையாது என்று கவி தூதனுக்கு எடுத்துச் சொன்னான்.

தூது வந்தவனுக்கும் இது சரியான யோசனையாகவே பட்டது. ஆனால் தான் முன்பின் பார்த்திராத ஒருவனை ராஜகுமாரி மணம் செய்துகொள்ளச் சம்மதிப்பாளா என்று ஆச்சரியப்பட்டான் தூதன்.

கவி ஹியால்டே அதுவரையில் நடந்ததை எல்லாம் தூதனிடம் கூறினான். மாரிக்காலம் வரையில் அப்ஸலாவில் தங்கி ஜனங்களின் சபையில் இந்தத் திருமணம் விஷயமாக அறிவிப்பதாகவும், கூடுமானால் அரசனின் சம்மதத்தைப் பெற முயலுவதாகவும் தூதன் வாக்களித்தான்.

இவ்வளவுதான் கவி வேண்டியதும். உடனேயே அவன் அப்ஸலாவைவிட்டு வெளியேறிவிட்டான். ஸ்வீடன் தேசம் முழுவதும் ஊர்ஊராக, வீடுவீடாக அலைந்து திரிந்தான்.

அவன் வனாந்திரங்களுக்கெல்லாம் சென்றான். மாரிக்காலத்தில் ஜனங்களின் சபை அப்ஸலாவில் கூடுவதற்கு முன் நாடெங்கும் ராஜகுமாரி இஞ்செகார்டு நார்வே தேசத்து மன்னன் ஓலாவை மணக்க ஆசைப்பட்டாள் என்றும், அவளிஷ்டப்படி திருமணம் நடந்து விட்டால் ஸ்வீடனுக்கும் நார்வேக்கும் இடையே நிரந்தரமாக அமைதி நிலவும் என்றும் கவி ஹியால்டே மூலம் எல்லோரும் அறிந்து கொண்டு விட்டார்கள். 'அவளுக்கேற்றவன் அவன். அவனுக்கேற்றவள் அவள்" என்று எல்லோரையும் சொல்லும்படியாக இரண்டு பேருடைய புகழையும் பிரதாபங்களையும் சந்தர்ப்பங் கிடைத்த போதெல்லாம் பாடினான் கவி. ஏழைக்குடியானவர்களும் பணக்காரப் பண்ணையாள்களும், கடலோடிகளும், நாடோடிகளும், விறகு வெட்டிகளும், சோம்பேறிகளும் வாய் ஓயாமல் இஞ்செகார்டின் காதலைப் பற்றிய பாட்டுகளைப் பாடிக் கொண்டே யிருந்தார்கள். இஞ்செகார்டு தன் காதலன் ஓலாவை எண்ணிப் பாடுகிற பாவத்திலே கவி ஹியால்டே பல அற்புதமான பாட்டுகளைக் கட்டியிருந்தான். அவை நாடெங்கும் பரவி விட்டன. ராஜகுமாரியின் காதல் பூர்த்திக்காகச் சாதாரண மக்கள் முதல் பெரிய பெரிய இடத்துப் பிரபுக்கள் வரையில் எல்லோரும் உதவி செய்வதாகச் சபதம் கூறிக்கொண்டார்கள். தவிரவும் இந்த மணத்தால் நாட்டிலே அமைதி நிலவும், சுபிக்ஷம் அதிகரிக்கும் என்று ஞாபகத்திலே பலர் இதை முடித்து வைப்பது என்று கங்கணம் கட்டிக் கொண்டு கிளம்பினார்கள்.

ஒரு கவியினுடைய கவிதைகள் வேறு எந்த விஷயத்திலும், வேறு எந்த தேசத்திலும் இவ்வளவு பெரிய வெற்றி பெற்றதில்லை என்பது நிச்சயம்.

ராஜகுமாரியின் கல்யாண விஷயமாக ஸ்திரீகள் தங்கள் கணவன்மார்களை வற்புறுத்தினார்கள்.

மாரிக்காலத்திலே ஸ்வீடன் தேசத்து ஜனங்களின் சபை கூடிற்று. சபையிலே நார்வே தேசத்து மன்னன் ஓலாவின் தூதன் சமாதான கோரிக்கையையும், திருமணக் கோரிக்கையையும் சமர்ப்பித்தான்.

திருமணத்துக்குச் சம்மதிக்க முடியாது, முடியாது என்று கோபமாகக் கத்தினான் ஸ்வீடனின் மன்னன்.

ஆனால் மன்னன் குரல் அந்த சபையில் ஓங்கவேயில்லை. மக்கள் சமாதானம் வேண்டினார்கள். அச்சமாதானம் நிலைப்பதற்காக ராஜகுமாரி, மன்னன் ஓலாவை மணக்க வேண்டும் என்று அவர்கள் வேண்டினார்கள். தவிரவும் ராஜகுமாரி இஞ்செகார்டு ஓலாவைக் காதலித்தாள் என்பது நாடெங்கும் தெரிந்த விஷயமாகவும் இருந்தது.

"நம் ராஜகுமாரிக்கு ஏற்ற மணவாளன் வேறு யார் கிடைக்கப் போகிறான்?" என்றார்கள் ஜனங்கள்.

"இந்தத் திருமண ஏற்பாட்டை அரசன் ஒப்புக் கொள்ளாவிட்டால் நாங்கள் புரட்சி செய்வோம்" என்று சில வீரர்கள் உருவிய கத்திகளுடன் சபதம் செய்தார்கள்.

மன்னன் என்ன செய்ய முடியும்? வேறு வழி அறியாமல், தன் மகளை நார்வே தேசத்து மன்னனுக்கு மணஞ் செய்து தருவதாக வாக்களித்தான், ஜனங்களின் சபையிலே. ஊரெல்லாம், நாடெல்லாம் ஜனங்கள் காணாது கண்டது போலக் கொண்டாடிக் குதூகலித்தார்கள்.

இப்படியாக இஞ்செகார்டினுடைய காதலை நிறைவேற்றி வைக்க கவி ஹியால்டேயின் தூண்டுதலின்பேரில், ஜனங்களே உதவி செய்ய முன்வந்தார்கள். ஆனால் அடிமைப்பெண் ஆஸ்டிரிடாவைப் பற்றியும் அவள் காதலைப் பற்றியும் கவலைப்பட யார் இருந்தார்கள்? அவளுக்கு உதவி செய்ய யாரும் முன்வரவில்லை.

ஆனால் அடிமைப்பெண் ஆஸ்டிரிடா கவலைப்படவில்லை. நம்பிக்கை இழந்துவிடவில்லை. தெம்பாகவே இருந்தாள், தன் ஆசை நிறைவேறிவிடும் என்று.

அவள் ஆத்மா கடல் போன்றது. அவள் உள்ளத்தில் தெம்பும் நம்பிக்கையும் இருந்தன. இன்பத்தின் லக்ஷியம் எட்டாததாகத் தோன்றவில்லை அவளுக்கு.

கங்க ஹல்லா

நார்வே தேசத்திலே கங்க ஹல்லா நகரிலே பழைய காலத்துக் கோட்டை ஒன்றிருந்தது. அது எவ்வளவு காலத்துக்குமுன்

எழுப்பிய கோட்டை என்று யாரும் கணக்கெடுத்துச் சொல்ல முடியாது. அதன் உயரமான மதில் சுவர்களெல்லாம் காலத்தின் கறைபட்டுக் கருத்திருந்தன – வீரர்களின் ரத்தக் கறை பட்டுப் பல இடங்களில் சிவந்திருந்தன. ஓங்கி அடர்ந்து வளர்ந்திருந்த மரங்களின் மேக மண்டலத்தை எட்டித் தொட்டுச் சலசலத்தன – அவை அந்தக கோட்டையைப் போலவே பழைய காலத்தவை.

கோடை காலத்தின் ஆரம்பத்திலே, ஹாரல்டினுடைய மகன், ஓலாவ், கங்க ஹல்லா கோட்டைக்கு வந்தான். திருமணத்துக்குத் தயாராக வந்தான். கலியாணத்துக்கு ஆக வேண்டிய காரியங்களை எல்லாம் செய்து கொண்டு தயாராகக் காத்திருந்தான். பிரபுக்களும் வீரர்களும் திருமண வைபவத்திலே கலந்து கொள்வதற்குத் தயாராக வந்து காத்திருந்தார்கள். பொக்கிஷ அறையிலே பட்டும் நூலும் வெள்ளியும் தங்கமும் முத்தும் மணிகளும் ஏராளமாகக் குவிந்திருந்தன. பண்டக சாலையிலே உணவுப்பொருள்கள் நிரம்பியிருந்தன.

திருமணத்துக்கு எல்லாம் தயாராக இருந்தது.

இன்னும் ஸ்வீடனிலிருந்து மணப்பெண் வந்து சேரவில்லை. அதுதான் தாமதம்.

இரண்டு வாரங்கள் காத்திருந்தார்கள்; இன்னும் மணப்பெண் வந்து சேரவில்லை .

மன்னன் ஓலாவ் மனசிலே என்ன இருந்ததோ? யார் சொல்ல முடியும்? அழகி இஞ்செகார்டு வரவில்லையே என்று அவனுக்கு ஏமாற்றந்தானோ என்னவோ? ஆனால் அவன் தன்னுடைய ஏமாற்றத்தை வெளியே காண்பித்துக் கொள்ளவில்லை; மிகவும் சாந்தமாகவே இருந்தான். “அவள் எனக்கு ஏற்றவளாக இருந்தால். மேலும் அது கடவுள் சித்தமாகவும் இருக்குமானால், தானே வருவாள், அவசரம் என்ன?”, என்று அவனைக் கேட்டவர்களுக்குப் பதில் அளித்தான்.

கோடை முற்றிற்று. வயல்களிலெல்லாம் அறுவடையாகி விட்டது.

புஷ்பச் செடிகள் தளிர்த்தன. நாளடைவில் பூத்துக் குலுங்கின.

மரங்கள் காய்த்தன. காய்கள் கருத்துப் பழுத்தன.

பூக்கள் வாடின. இலைகள் உதிர்ந்தன. இரவுகளில் குளிர்ந்த காற்று வீசத் தொடங்கிற்று.

மன்னன் ஓலாவ் தன் காதலி – ஸ்வீடன் தேசத்து ராஜகுமாரி – இஞ்செகார்டை எதிர்பார்த்துக் காத்திருந்தான்.

கவி ஹியால்டேயும் அந்தத் திருமணத்தை எதிர்நோக்கி ஆவலுடன் கங்க ஹல்லாவில்தான் காத்திருந்தான். அரசன் ஓலாவையும் விட அதிக ஆவலுடன் கவி இஞ்செகார்டின் வரவை எதிர்நோக்கி இருந்தான்.

அவனுக்குக் கோட்டையில் வீரர்களுடனும் பிரபுக்களுடனும் தங்குவதற்குப் பிடிக்கவில்லை. சாதாரண ஜனங்களுடன் தினம் காலையிலும் மாலையிலும் ஆற்றங்கரைக்குச் சென்று வெகுநேரம் ஸ்வீடன் தேசத்துக் கப்பல்கள் வரவேண்டிய திசை நோக்கி நிற்பான். ஆரம்பத்தில் பலர் அவனுடன் ஆற்றங்கரைக்கு வந்தார்கள். நாளடைவில் அவர்கள் நம்பிக்கை யிழந்து பின்தங்கி விட்டார்கள்.

சில சமயம் கவி ஹியால்டே கோயிலுக்குப் போவான். அங்கே பிரார்த்தனை செய்வான். தனக்கு எதுவும் வேண்டும் என்று அவன் என்றுமே பிரார்த்தனை செய்வதில்லை. இப்பொழுதெல்லாம் ஈசன் மனமுவந்து ஓலாவுக்கும் இஞ்செகார்டுக்கும் திருமணம் நடக்க வேண்டும் என்று பிரார்த்தித்தான்.

சில சமயம் ஓலாவிடம் போய் உட்கார்ந்து கொண்டு ராஜகுமாரி இஞ்செகார்டைப் பற்றிக் கவிதை ததும்பும் வாக்கியங்களில் பேசுவான். தான் இஞ்செகார்டைச் சந்தித்த நாள் முதல், ஓலாவைத் தான் காதலிப்பதாக அவள் வாய் திறந்து சொன்ன நாள் வரையில் நடந்ததை எல்லாம் ஒன்றன்பின் ஒன்றாகச் சொல்லுவான்.

ஒருநாள் கவி ஹியால்டே சொன்னான்: 'ஓலாவ்! நீ அதிர்ஷ்டசாலி. எவ்வளவு அதிர்ஷ்டசாலி என்பதை

இப்பொழுது நீ அறியமாட்டாய்! அப்புறம் அறிந்து இக்கிழக் கவி சொன்னது எவ்வளவு உண்மை என்று எண்ணி ஆனந்திப்பாய்!"

வேறு ஒருநாள் ஓலாவிடம் சொன்னான்: "இதோ பார் ஓலாவ்! அவள் உனக்குக் கிடைக்க வேண்டும் என்று நீ கடவுளைப் பிரார்த்தனை செய். நீ பக்தியில் சிறந்தவன், உன் பக்திக்கு ஏற்ற துணையாவாள் அவள்! அவள் உன் பக்கத் திலில்லாவிட்டால் உன் பக்தி பலிதமாகாது."

"நீ உலகையே வென்று ஆளப்பிறந்தவன். அவள் உன்னை வென்று ஆளப்பிறந்தவள். அவளை மட்டும் நீ அடையாமல் இருந்தாயோ பரிபூரணமான மனிதனே ஆகமாட்டாய்" என்றான் ஒருதரம்.

"வாழ்க்கையிலே, பக்திப்பாதையிலே வெற்றி வழியிலே உனக்கு உற்ற துணையாவாள் அவள்" என்பான் கவி.

அவனுடைய வார்த்தைகள் ஓலாவுக்கு இன்பமாக இருந்தன.

"நீ யார்?"

கோடை ஒருவழியாக முடிந்துவிட்டது. இலையுதிர்காலமும் வந்தது, மணப்பெண் வந்தபாடில்லை. திருமணத்துக்காகவென்று கங்கஹல்லாவில் வந்து காத்திருந்த வீரர்களும் பிரபுக்களும் ஒருவர்பின் ஒருவராகக் கிளம்பிவிட்டார்கள். எல்லோரும் போனபிறகு கடைசியல ஒருநாள் கிழக்கவி ஹியால்டேயும் கிளம்ப வேண்டியதாயிற்று. அவன் மனம் என்ன பாடுபட்டது அப்படிக் கிளம்பும்போது என்று சொல்லிமுடியாது. ஆனால் அவன் கிறிஸ்துமஸ் பண்டிகைக்குத் தன் தேசமாகிய ஐஸ்லாந்துக்குப் போயாக வேண்டும். கிளம்பினான், ஓலாவிடமிருந்து பிரிய மனசில்லாமலே.

ஆற்றோடு போய், ஆறு கடலில் கடக்கும் இடத்தை அடைந்தபோது அவன் முன் ஸ்வீடன் தேசத்து ராஜகுமாரி இஞ்செகார்டின் கப்பல் எதிர்ப்பட்டது. அது இஞ்செகார்டின் கப்பல்தான் என்பது அவனுக்குத் தெரிந்ததும் தன் கப்பலை அதன் அண்டையில் கொண்டு போய் நிறுத்தச் சொன்னான்.

"அழகி இஞ்செகார்டை மீண்டும் ஒரு தரம் பார்க்கப் போகிறேன். பார்ப்பதற்கில்லை என்று எண்ணியிருந்த நான் மீண்டும் பார்க்கப் போகிறேன். நான் அதிர்ஷ்டசாலிதான்" என்று தனக்குள் சிந்தித்துக் கொண்டே ஸ்வீடன் தேசத்துக் கப்பல் மேல் தளத்தில் கால் வைத்தான்.

கிழவி கவி ஹியால்டே அந்த சந்தோஷத்தால் உருமாறி விட்டான். அவன் நடையிலே வாலிப முறுக்கேறிற்று. வயசால் வளைந்து குறுகிய அவன் முதுகு நிமிர்ந்தது; மங்கிய அவன் கண்கள் ஒளிவீசின.

"ராஜகுமாரி எங்கே? என்னை அவளிடம் அழைத்துப்போ" என்று சொன்னவுடன் அழைத்துப்போக வந்த ஒரு வேலைக்காரச் சிறுமிக்கு, தன் மனசிலிருந்த ஆனந்தம் காரணமாக ஒரு விலையுயர்ந்த மோதிரத்தைப் பரிசாக அளித்தான்.

"என் லக்ஷியம் பூர்த்தியாயிற்று. என் வாழ்க்கையும் பயனுள்ளதாயிற்று. இந்தத் திருமணம் நடந்தேற வேண்டும் என்று நான் பட்ட பாடெல்லாம் ஈசனே அறிவான்! வெற்றி! வெற்றி!" என்று கூவிக்கொண்டே சிறுமியைப் பின்தொடர்ந்தான் கவி ஹியால்டே.

ஆனால் கப்பலின் யசமானி ஸ்தானத்தில் - ராஜகுமாரி இஞ்செகார்டு இருக்கவேண்டிய இடத்தில் வேறு ஒரு ஸ்திரீ உட்கார்ந்திருப்பதைக் கண்டவுடன் அவன் திடுக்கிட்டுத் தயங்கினான்.

அவன் எதிரே நின்றவள் அழகிதான். ஆனால் அவள் இஞ்செகார்டு அல்ல; அல்லவே அல்ல. இஞ்செகார்டு எங்கே? இந்தக் கப்பலில் மணப்பெண்ணாக அவளல்லவோ வந்திருக்க வேண்டும்?

ஆனால் அவன் எதிரே அப்பொழுது நின்றவள் மணப்பெண் போலத்தான் ஆடையுடுத்து அலங்கரித்துக் கொண்டிருந்தாள். ராஜகுமாரி போலத்தான் நடை பாவனைகளில் இருந்தாள்.

தன் குழப்பத்தை அடக்கமாட்டாமல் ஆவலுடன் கேட்டான் கவி ஹியால்டே: "நீ யார்?"

‘என்னைத் தெரியவில்லையா ஹியால்டே, உனக்கு? ஓலாவ் ஹாரல்டினுடைய மகளைப்பற்றி நீ எனக்கு, ஸ்வீடனின் அரசனின் குமாரிக்கு, எவ்வளவோ கதைகள் சொல்லி யிருக்கிறாயே! என்னைத் தெரியவில்லையா உனக்கு?” என்றாள் அழகி.

“ஓலாவைப் பற்றி நான் ஓர் அரசகுமாரியிடம் சொன்னதுண்டு. அவள் பெயர் இஞ்செகார்டு” என்றான் கவி ஹியால்டே

“என் பெயர்தான் இஞ்செகார்டு.”

“இருக்க முடியாது! உன் பெயர் இஞ்செகார்டாக இருக்கலாம். ஆனால் நான் சொல்லுகிற இஞ்செகார்டு அல்ல நீ. இதற்கெல்லாம் என்ன அர்த்தம்? ஸ்வீடன் தேசத்து அரசன் ஓலாவை ஏமாற்றத் துணிந்து விட்டானா?” என்று கோபமாகக் கேட்டான் கவி ஹியால்டே.

“இல்லையே! அவர் வாக்களித்தபடி தன் மகளை ஓலாவிடம் அனுப்பியிருக்கிறார்” என்றாள் அந்த அழகி.

கிழக்கவி ஹியால்டேக்கு அதற்குமேல் தாங்கவில்லை. தன் வாளை உருவி அந்தப் போலி ராஜகுமாரியை வெட்டி வீழ்த்தி விடலாமா என்று ஆத்திரம் வந்தது. வெகுவாகப் பாடுபட்டு அடக்கிக்கொண்டான்.

“கடைசி முறையாக் கேட்கிறேன், சொல், நீ யார்?” என்றான்.

“உள்ளே வந்து உட்கார், சாவகாசமாகச் சொல்லுகிறேன்” என்றாள் அவள்.

அடிமைப் பெண்ணின் தைரியம்

“என்னைத் தெரியவில்லையா ஹியால்டே?” என்று கிழக் கவி ஹியால்டேக்கு எதிரில் உட்கார்ந்துகொண்டு அவனை உற்றுப் பார்த்துக் கொண்டே கேட்டாள் போலி ராஜகுமாரி.

கவி ஹியால்டே சிறிது நேரம் பதில் ஒன்றும் சொல்லாமல் உட்கார்ந்திருந்தான். பிறகு நீண்டதோர் பெருமூச்சுவிட்டுக்

கேட்டான்: "ஏன் இஞ்செகார்டு வரவில்லை? அவள் வர இயலவில்லையா? அவளுக்கு வர மனசு இல்லையா? அல்லது அவள் உயிர் இழந்து மாண்டு விட்டாளா? அவள் வராததற்குக் காரணம்தான் என்ன? அவளுக்குப் பதில் நீ வந்த பயணம் என்ன? நீ வரக் காரணம் என்ன?" என்று சரமாரியாக்க கேள்விகளை அடுக்கினான்.

போலி ராஜகுமாரி – ராஜகுமாரிக்குப் பதில் வந்திருந்தவள் பெருமூச்சு விட்டாள். "ஆரம்பத்திலிருந்து சொல்லுகிறேன் கேள்" என்றாள். சிறிது நேரம் தயங்கினாள். பிறகு நடந்ததைச் சொல்ல ஆரம்பித்தாள்.

"கோடைகாலம் முழுவதும் ஸ்வீடன் தேசத்து அரசன் நகரிலேயே இல்லை. வேட்டையாடவும், சண்டை போடவும் சென்று நாலா பக்கமும் அலைந்து கொண்டிருந்தான். வேட்டையிலும் சண்டையிலும் அவனுக்கு வெற்றிக்குமேல் வெற்றியாகக் கிடைத்துக் கொண்டிருந்தது. அவனுடைய வெற்றிப் பிரதாபங்களின் புகழ் கன்னிமாடத்தில் தோழிகளுடன் விளையாடிக் கொண்டிருந்த இஞ்செகார்டின் காதில் விழுந்தது. அவள் தோழிகள் சதா அவளுடைய தகப்பனாரின் புகழைப் பாடிக் கொண்டிருந்தார்கள்.

"இப்படி ஒருநாள் இஞ்செகார்டு தன் தோழிகளுடன் பேசிக் கொண்டிருக்கையில், தன்னையும் அறியாமலே மனசில் கசப்புடன் சொன்னாள்: 'என் தகப்பனாரின் புகழ் அவர் ஆளும் ஸ்வீடன் தேசம் பூராவும் பரவியிருக்கிறது – வாஸ்தவம்தான். ஆனால் நார்வே தேசத்து வாலிப மன்னன் ஓலாவின் புகழ் உலகெங்கும் பரவியிருக்கிறதே!' என்று சொல்லிப் பெருமூச்சுவிட்டாள்.

"அவள் இப்படிச் சொல்லிப் பெருமூச்சு விட்டதைக் கேட்டுக்கொண்டே யாரும் அறியாமல் கன்னிமாடத்திற்குள் வந்துவிட்டார் அரசர், அவர் ஊர் திரும்பிவிட்டார் என்கிற செய்தியே அதுவரையில் அவர் மகளுக்குத் தெரியாது. அவள் தன் மனசிலிருந்ததை யதார்த்தமாகச் சொல்லிவிட்டாள். தன் காதல் மணவாளனுக்கும் தனக்கும் இடையே தன் தகப்பனாரின் பழைய விரோதம் நிற்பது பற்றி அவளுக்குக் கோபம் இருந்தது என்னவோ, உண்மைதான்.

'ராஜகுமாரி சொன்னதைச் செவியுற்ற மன்னனுக்குப் பிரமாதமாகக் கோபம் வந்துவிட்டது. 'நீ என்ன பைத்தியமா? உன் சித்தம் ஏன் இப்படியாகி விட்டது? அந்த ஓலாவ் பைத்தியம் உனக்கெப்படிப் பிடித்தது?" என்று இரைந்தார்.

'ராஜகுமாரி இஞ்செகார்டு இதற்கு என்ன பதில் சொல்வது என்றறியாமல் எழுந்து இரண்டடி பின்னுக்கு நகர்ந்து, நடுங்கிக் கொண்டே நின்றாள்.

"அரசனுடைய கோபம் வந்த மாதிரியே திடீரென்று மாறி மறைந்தது. 'என் உயிர்க்குயிராகிய என் மகளை நான் என் பரம விரோதிக்கு மணம் செய்து கொடுப்பது எப்படிச் சாத்தியமாகும்? அந்த ஓலாவோ நம்முடைய குடும்பத்துக்குப் பரம விரோதி. அவனுடன் நீ சந்தோஷமாக இருப்பதென்பது சாத்தியமில்லாத காரியம். நீ வேறு ராஜாவைக் கல்யாணம் செய்து கொண்டு சந்தோஷமாக இருக்கலாம். கவலைப்படாதே. நார்வே தேசத்து அரசனைப் பற்றி எண்ணுவதை விட்டுவிடு' என்றார்.

"ராஜகுமாரி இஞ்செகார்டு முகம் சிவக்கத் தயங்கித் தயங்கிப் பதில் அளித்தாள்; தன் பிரஜைகள் அதை விரும்புகிறார்கள். தான் விரும்பவில்லை என்று.

"அரசன் ஒரு நிமிஷம் யோசனையில் ஆழ்ந்தான்.

"இஞ்செகார்டு மேலும் சொன்னாள்: 'தவிரவும் ஜனங்களுக்கெதிரில் என்னை அவருக்கு மணம் செய்து தருவதாக வாக்களித்துவிட்டு அந்த வாக்கை இப்பொழுது மீறுவது எப்படி?"

"ஸ்வீடன் தேசத்து அரசன் – அவள் தகப்பன் – உரக்கச் சிரித்தார்: 'நான் என் வாக்கைக் காப்பாற்றுவேன் என்று எண்ணி அந்தப் பயல் காத்திருக்கட்டும் – திருமணத்துக்கான ஏற்பாடுகளை எல்லாம் செய்து வைத்துக்கொண்டு காத்திருக்கட்டும். ஏமாறட்டும் பயல்! என் வாக்கை மீறுவதற்கு யுக்தி சொல்லித் தர எனக்கு மந்திரிமார் இருக்கிறார்கள்; வீரர்கள் இருக்கிறார்கள். அவர்களை அழைத்து உன் எதிரிலேயே யுக்தி கேட்கிறேன்' என்று சொல்லி அரசர் மந்திரிமாரை அழைத்துவர ஆளனுப்பினார்.

“மந்திரிமார் வந்தார்கள். விஷயத்தைக் கேட்டார்கள். அரசன் வாக்கைக் காப்பாற்ற விரும்பவில்லை; அதற்கு என்ன வழி என்று கேட்டவுடன் பிரமித்துப்போய் ஒன்றும் சொல்லத் தெரியாமல் திரும்பிவிட்டார்கள். ‘பேடிகள்! மந்திரிகளாக இருக்க லாயக்கில்லாதவர்கள்’ என்று அவர்களைத் தூற்றினார் அரசர்.

“இப்படி அரசர் கோபமாய்க் குமுறிக்கொண்டிருக்கும் போது அரசகுமாரிகளின் தோழிகளில் ஒருத்தியான அடிமைப்பெண் ஆஸ்டிரிடா ஒரு வார்த்தை சொன்னாள்: ‘நீ உன் மகளை ஒலாவுக்குக் கல்யாணம் செய்து கொடுப்பதாக வாக்களித்தாய். நானும் உன் மகள்தான் – அடிமைக்குப் பிறந்தவள்தான் என்றாலும் உன் மகள்தான. இஞ்செகார்டுக்குப் பதில் என்னை அனுப்பேன்” என்றாள். அவள் இதை விளையாட்டாகத்தான் சொன்னாள்.

“ஆனால் அவள் இப்படிச் சொன்னதைக் கேட்டவுடனே ராஜகுமாரி இஞ்செகார்டினுடைய முகம் வெளுத்தது. அவள் மூர்ச்சையாகிக் கீழே விழுந்துவிட்டாள்.

ஆனால் அரசன் ‘சபாஷ்’ என்றார். ‘நீ சொன்னதே சரியான யோசனை என்றார். ‘உன் பெயர் இனி ஆஸ்டிரிடா அல்ல. நீதான் இஞ்செகார்டு இனிமேல் என்றார். ‘ராஜகுமாரிக்காகக் காத்திருக்கும் அந்தப் பயல் அடிமைப் பெண்ணை மணந்து சுகிக்கட்டும்‘ என்றார்.

இதற்குள் ராஜகுமாரியை மூர்ச்சை தெளிவித்து விட்டார்கள். அவள் எழுந்து அழாத குறையாகச் சொன்னாள்: ‘நார்வே தேசத்து மன்னன் ஒலாவ் தெய்வ பக்தியுள்ளவர்; மகான்; அவருக்கு இம்மாதிரி அநீதி இழைத்தாயானால் பின்னர் நீயும் நானுந்தான் கஷ்டப்பட வேண்டியிருக்கும்“ என்றாள்.

அரசர் அதைக் காதில் வாங்கவேயில்லை. ‘கப்பல் தயாராகட்டும். மணப்பெண்ணுக்கு வேண்டியதை எல்லாம் தயார் செய்யுங்கள். நார்வே தேசத்து ராணி நாளைக்கே கிளம்பட்டும்‘ என்று உத்தரவிட்டார்.

'கடைசித் தடவையாக 'நான் ஓலாவைக் காதலிக்கிறேன்' என்று சொல்லிப் பார்த்தாள் அரசகுமாரி. ஆனால் அரசர் அதை எல்லாம் கவனிக்கவேயில்லை.

"நிச்சயமாகத் தனக்குப் பதில் தன் தோழிதான் போகப் போகிறாள் என்று நிச்சயமான பின் இஞ்செகார்டு தன் தங்கை அடிமைப் பெண் ஆஸ்டிரிடாவினிடம் சொன்னாள். 'நீ என் தங்கை. அடிமை வயிற்றில் பிறந்தாய் எனினும் கொடுத்து வைத்தவள் நீ. நார்வே தேசத்தில் ராணியாகப் போகிறவள். அவர் மகான்; பக்திமான்; வீரன். அரசன்; அழகிலே நீ அவளுக்கு ஏற்றவள்தான். மற்ற விதங்களில் உன்னை மணந்துகொண்டது பற்றி அவர் வருந்தாதபடி நீ நடந்துகொள்' என்றாள். மணப்பெண்ணை அவள் தன் கையாலேயே அலங்கரித்துச் சிங்காரித்தாள். தன்னிடமிருந்த பொன், மணி, பட்டு எல்லாவற்றையும் தன் அடிமைப் பெண்ணுக்களித்தாள்; அவள் ஏழையாகப் போகக்கூடாது; ராஜகுமாரியாகப் போகவேண்டும் தன் காதலனை அடைய என்று.

"மறுநாள் கப்பல் கிளம்பிவிட்டது – மணப்பெண்ணுடன்."

"நான் வரமாட்டேன்!"

போலி ராஜகுமாரி – அவளை இனி அவளுடைய உண்மைப் பெயராலேயே அழைப்போம் – அடிமைப்பெண் ஆஸ்டிரிடா தன் கதையை முடிக்கும் வரையில் மௌனமாக உடகார்ந்திருந்தான் கிழக்கவி ஹியால்டே. கதை முடிந்தபின் எழுந்து மௌனமாகவே நடந்துவிட முயன்றான்.

ஆனால் ஆஸ்டிரிடா அவனைத் தடுத்தாள். "இதோ பார் ஹியால்டே. நான் இன்னும் சிறிது நேரத்தில் கங்க ஹல்லாவை அடைந்துவிடுவேன். நான் என்ன செய்ய? நானும் ஓலாவைக் காதலிக்கிறேன். நான் இஞ்செகார்டு அல்ல, கேவலம் ஓர் அடிமைப்பெண் என்றறிந்தால் அரசர் ஓலாவ் என்ன செய்வார்? அடித்துத் துரத்திவிடுவாரா? சூடு போட்டு 'என் முன் வராதே' என்று விரட்டி விடுவாரா?" என்று கேட்டாள்.

ஹயால்டே கேட்டான்: "நீ யார் என்பதை ஓலாவிடம் தெரிவிக்கப் போகிறாயா?"

செல்மா லாகர்லெவ்

ஆஸ்டிரிடாவின் முகம் சிவந்தது. "அவராகத் தெரிந்து கொள்ளா விட்டால், நான் ஏன் சொல்லி, என் சந்தோஷத்தை நானாகவே கெடுத்துக் கொள்ள வேண்டும்? தவிரவும் நானும் ஓலாவைக் காதலிக்கிறேன் என்பதை நீ மறந்துவிடாதே!" என்றாள்.

கவி ஹியால்டே பெருமூச்சுவிட்டான். அவன் சொன்னான்: "இதோ பார். ஓலாவ் சாதாரண மனிதன் அல்ல. அவன் புனிதமான உள்ளம் உடையவன். பொய்யும் ஏமாற்றும் அவனை அணுக மாட்டா. நீ பொய் சொல்லி, அவனை ஏமாற்றி, அவனை அடைய முடிந்தால் அதற்கான கஷ்டத்தை நீயே, தானாகவே படுவாய்."

"உம்" என்றாள் ஆஸ்டிரிடா.

"நார்வேயின் மன்னன், வீரன், பக்தி மிகுந்தவன். அவனை ஏமாற்றத் துணிவதற்குமுன் நீயே மீண்டும் தீர யோசித்துப் பார்க்க வேண்டியது அவசியம். யோசித்துப் பார்" என்றான் கவி.

கவியின் வார்த்தைகளும் பாவமும் ஆஸ்டிரிடாவைத் துன்புறுத்தின; பயமுறுத்தின. "என்னையோ, இஞ் செகார்டையோ நேரில் பார்த்து அறிந்தவர்கள் கங்க ஹல்லாவில் உன்னைத் தவிர வேறு யாரும் கிடையாது. நான் பெண். காதலுக்காக வேறு புனிதமான எதையும் தியாகம் செய்துவிடத் தயாராக இருப்பவள் நான். என் காதல் எப்படிப்பட்டது என்று நீ அறியவில்லை. நீ என்னுடன் கங்கஹல்லாவுக்கு வா. நீ சொல்லு அரசர் ஓலாவிடம். அரசர் ஓலாவாகத் தெரிந்துகொண்டால் ஒழிய, நான் போய் அவரிடம் உண்மையை ஒப்புக்கொள்வது என்பது சாத்தியம் அல்ல. அதற்கு என் மனம் இடங்கொடுக்காது. நீ என்னுடன் வா, வந்து ஓலாவிடம் சொல் உண்மையை. விதி விட்ட வழி விடட்டும்."

கவி ஹியால்டே கோபமாகச் சொன்னான்: "நீ ஏற்கனவே ஓலாவுக்குப் பெருந்தவறு செய்துவிட்டாய். இன்னும் பெருந்தீங்கு இழைத்துவிட்டு அவஸ்தைப்படப் போகிறாய். உன் விதியின்றும் தப்ப என்னைக் கேடயமாக நீ உபயோகிக்க

நான் சம்மதிக்க மாட்டேன். தவறு செய்தால் படுவாய்; அவ்வளவுதான் நான் சொல்லக்கூடியது. செய்வது எதையும் யோசித்துச் செய்" என்று இரைந்தான்.

நினைக்க நினைக்க கோபம் ஊறிற்று கவி ஹியால்டேக்கு. "உன் சகோதரிக்கே போட்டியாக முளைக்க நீ துணிந்தாய்! என் மாபெரும் காவியத்தை அழித்துவிட்டாய். உனக்கு உதவி செய்ய, நீ செய்துவிட்ட காரியத்தின் பலனை நீ அனுபவிக்காமல் தப்புவதற்கு என் உதவியை கோராதே! நான் வரமாட்டேன் உன்னுடன். கங்கஹல்லா திரும்பமாட்டேன் இனி எக்காரணத்துக்காகவும்! போ! உன் விதி விட்ட வழியாகட்டும்! போ!' என்று சொல்லிவிட்டுக் கோபமாக வெளியேறி கிழக்கவி ஹியால்டே தன் படகில் ஏறித் தன் தேசமாகிய ஐஸ்லாந்து நோக்கிப் படகைச் செலுத்திச் சென்றான்.

அடிமைப்பெண் ஆஸ்டிரிடா வெகுநேரம் தனிமையில் சிந்தனையில் ஆழ்ந்தவளாக உட்கார்ந்திருந்தாள். கவி ஹியால்டே சொன்னதையும் தன் மனசில் இருந்ததையும் உன்னி உன்னிச் சிந்தித்தாள்; சிந்திக்கச் சிந்திக்க அவளுக்கு இன்பமே பெருகிற்று. எது எப்படியானாலும் என்ன? இன்பம் என்கிற லக்ஷியத்தை எட்டித் தொட இருந்தாள். அவள் அதுவரையில் இன்பத்தையே அறியாதவள் – எவ்வளவோ கஷ்டப்பட்டவள். இந்தச் சமயத்தில் காதலைத் துறந்து, இன்பத்தைத் துறந்து உண்மையை ஒப்புக்கொண்டு ஓடிவிடு என்று கவி சொன்னது என்னவோ பைத்தியக்காரத்தனமாகப் பட்டது, அவளுக்கு!

திருமணம்

கங்க ஹல்லாத்துறையிலே எவ்வளவோ திரைகடல் ஓடிய கப்பல்கள் பல தேசத்துத் தன தானியங்களை வாரிக்கொண்டு வந்து நிற்கின்றன. அவற்றினிடையே ஒருநாள் வந்து நின்றது ஸ்வீடன் தேசத்து ராஜகுமாரியின் கப்பலும். ஜனங்கள் எல்லோரும் மற்ற லாபகரமான தொழில்களையும்கூட விட்டு விட்டுத் திருமண விழாக் கொண்டாடத் தயாரானார்கள்.

ஆற்றங்கரை ஓரமெல்லாம் நொடியில் பந்தலும் தோரணமுமாக அலங்கரிப்பட்டது. பட்டும் பட்டாடையுமாக அலங்கரித்துக்கொண்டு தங்கள் ராணியை வரவேற்றனர்,

களிகூத்தாடும் முகங்களுடன் கங்க ஹல்லா வாசிகள். ராணியைப் பார்த்தவுடன் ஜனங்களுக்குத் தெரிந்துவிட்டது. ஓலாவ் கோடை முழுவதும், இலையுதிர் காலம் முழுவதும் இந்த அழகிக்காகக் காத்திருந்தது சரிதான் என்று எல்லோரும் ஏகமனதாக அபிப்பிராயப்பட்டார்கள்.

அரண்மனைத் துறையிலே தன் காதலியை வரவேற்கத் தயாராக நின்றான் ஓலாவ். அவன் கண்களிலே காதல் ஒளி வீசிற்று. அவன் வாய் கவி ஹியால்டே இஞ்செகார்டைப் பற்றிப் பாடிய பாட்டுகளை எல்லாம் முணுமுணுத்தது. கவி பாடியதெல்லாம் உண்மை. அவள் அழகு, பெண்மை, அவள் அலங்காரம் எல்லாமே ஓலாவைப் பரவசமடையச் செய்தன.

வானம் நிச்சலமான நீலமாக இருந்தது. இலையுதிர் காலத்திலே மலர்கள் கிடைப்பதில்லை. ஆகவே பச்சை, மஞ்சள் நிற இலைகளை மாலையாகத் தொடுத்து அணிவகுத்தனர் மணமக்களுக்கு.

அரண்மனைத் துறையிலே நின்ற ஓலாவைப் பார்த்தவுடனே அடிமைப்பெண் ஆஸ்டிரிடாவுக்கு மற்றதெல்லாம் மறந்துவிட்டது. தான் இஞ்செகார்டு அல்ல, அடிமைப்பெண் ஆஸ்டிரிடா என்பதையே அவள் மறந்துவிட்டாள் என்றுதான் சொல்லவேண்டும்.

ஓலாவ் ஹாரல்டினுடைய மனைவியாகிவிட்டாள் அடிமைப் பெண் ஆஸ்டிரிடா.

குற்றமும் தண்டனையும்

இந்தத் திருமணம் ஆனபிறகு சில நாட்கள், சில வாரங்கள் இன்பமாகவே சென்றன. ஆஸ்டிரிடா சில சமயம் தான் செய்து விட்டது தவறு, தான் அனுபவிக்கும் இன்பம் வேறு யாருக்கோ உரியது என்பதை எண்ணி வருந்துவாள். ஆனால் அந்த வருத்தம் அதிக நேரம் நீடிப்பதில்லை. அவள் சுபாவம் அது.

ஒரு ஞாயிற்றுக்கிழமையன்று நடந்த ஒரு சம்பவம் அவளை நடுங்கச் செய்தது.

ஓலாவும் அவனுடைய வீரர்கள் பலரும் ஞாயிற்றுக்கிழமை மத்தியானம் சாப்பிட்டுக் கொண்டிருந்தார்கள். ஓலாவுக்கு

அருகே போலி இஞ்செகார்டு உட்கார்ந்திருந்தாள்; சாப்பிட்டுக்கொண்டு அவளுடன் பேசிக்கொண்டிருந்தான் ஓலாவ். அவள் குரல்தான் எவ்வளவு இனிமையாக இருந்தது – கண்ணை மூடிக்கொண்டு கேட்டாலே என்று எண்ணினான் ஓலாவ். கண்ணைத் திறந்து பார்த்தாலோ எவ்வளவு அழகாக இருந்தாள்? இப்படியாக அவள் பேச்சிலும் அழகிலும் ஈடுபட்டது ஓலாவ் இன்னது செய்கிறோம் என்றறியாமல் தன் உடைவாளை உருவி மேசையில் கொஞ்சம் கொஞ்சமாக சீவிக்கொண்டே இருந்தான்.

ஞாயிற்றுக்கிழமைகளில், உடைவாளை அதன் உறையிலிருந்து எடுப்பதேயில்லை என்று தங்கள் அரசன் பிரதிக்ஞை செய்திருப்பது அவன் வீரர்களுக்குத் தெரியும். ஆனால் அன்று ஞாயிற்றுக்கிழமை என்பதை அவன் தன் காதலியுடன் பேசுவதில் மறந்தே போய் விட்டான் இதை எப்படி அவனுக்கு ஞாபகப்படுத்துவது?

ஆஸ்டிரிடா விஷயம் தெரியாமல் பேசிக்கொண்டே இருந்தாள். ஓலாவும் தன் உடைவாளால் மேசையைச் சீவிச் சீவிச் சிறுசிறு குச்சிகளாகக் குவித்துக்கொண்டேயிருந்தான்.

கடைசியில் ஒருவீரன் சற்றே தைரியமாகப் பக்கத் திலிருந்தவனைப் பார்த்து, “நாளைக்குத் திங்கட் கிழமை தானே?” என்றான்.

“ஆமாம், இன்று ஞாயிறு. அதனால் நாளைக்குத் திங்கள் கிழமைதான்” என்று சற்று உரக்கவே பதில் வந்தது.

ஞாயிறு என்று காதில் விழுந்தவுடனேயே திடுக்கிட்டு ஓலாவ் நிமிர்ந்தான். உடைவாளை உறையில் செருகினான். “நாளைக்குத் திங்களா?” என்று சொல்லிக்கொண்டே எழுந்தான். வேறு ஒரு வார்த்தையும் அவன் சொல்லவில்லை. மேசைமேல் தான் வெட்டிப் போட்டிருந்த சிறு குச்சிகளை எல்லாம் உள்ளங்கையில் எடுத்து வைத்துக்கொண்டு தணலண்டை போய் அதிலிருந்து தணலை எடுத்து அந்தக் குச்சிகளின்மேல் வைத்தான். குச்சிகள் எல்லாம் பற்றி எரிந்து அவன் கையிலேயே சாம்பலாயின.

அவனைத் தடுக்க யாரும் துணியவில்லை. ராணி மட்டும் விசாரித்து அறிந்து கொண்டாள் – ஞாயிற்றுக் கிழமையில் வாளை எடுப்பதில்லை என்கிற பிரதிக்ஞை தவறிவிட்டதற்காகத் தண்டனை அது என்று.

அவள் முகம் வெளிறிட்டது. "இவ்வளவு சிறிய குற்றத்துக்கு இவ்வளவு பெரிய தண்டனையை, தானே ஏற்றுக்கொள்ளும் இவர், என் குற்றம் தெரிந்தால் என்னை எப்படித் தண்டிப்பாரோ!" என்று பயந்தாள் ஆஸ்டிரிடா.

விரோதிகளையும் காப்பவன்

கங்க ஹல்லாவுக்குப் பக்கத்திலே கார்டரிக்கே என்று ஒரு சிற்றரசு. அதிலே ஆக்கே என்பவன் ஆண்டுவந்தான். அவனுக்கும் ஓலாவுக்கும் பரம விரோதம். ஓலாவினுடைய தூரபந்து ஒருவனைச் சண்டையில் ஆக்கே கொன்றுவிட்டான். அன்று முதல் ஓலாவுக்கும் ஆக்கேக்கும் விரோதம்.

ஆனால் ஒருசமயம் கங்க ஹல்லாவுக்குப் பக்கத்தில் வந்திருக்கையில் ஆக்கேக்குக் காலில் அடிபட்டு எலும்பு முறிந்து ரணமாகிவிட்டது. காட்டிலே தனியாக ஒரு நண்பனுடன் மாட்டிக்கொண்டு விட்டான். தப்பியும் போக முடியாது! வைத்தியம் செய்து கொள்வதானால் கங்க ஹல்லாதான் போகவேண்டும். இந்தத் தர்ம சங்கடத்தில் ஆக்கேயின் நண்பன் சொன்னான்: "ஓலாவ் மனசு வைத்தால் சரி, இல்லாவிட்டால் நீ சாகவேண்டியதுதான்" என்றான்.

"நான் இங்கிருப்பது ஓலாவுக்குத் தெரிந்தால் என்னைக் கொன்றே போட்டுவிடுவான்" என்றான் ஆக்கே.

ஆனால் ஆக்கேயின் நண்பனுக்கு ஓலாவை நன்கு தெரியும். ராணி ஆஸ்டிரிடாவைத் தனியாகச் சந்தித்து அவளிடம் சொன்னான் "ராணி! உன் அரசனிடம் சொல், அவனுடைய விரோதி ஆக்கே நடுக்காட்டில் உள்ள குடிசையில் சாகக் கிடக்கிறான் என்று சொல்" என்றான்.

ராணி ஓலாவிடம் இந்தச் செய்தியைச் சொன்னபோது ஓலாவ் தன் குதிரை அண்டையில் நின்றுகொண்டிருந்தான். செய்தியைக் கேட்டவுடனே ஒரு தாவாகத் தாவிக் குதிரைமேல்

ஏறி, காட்டில் இருந்த ஆக்கேயின் குடிசையை நோக்கிப் போனான். அவன் கத்தியோ கேடயமோ எடுத்துக் கொள்ளவில்லை.

நிராயுதபாணியாக அரசன் கிளம்பியதைக் கவனித்த ராணி அரண்மனைக்குள் ஓடி அவனுடைய கத்தியையும் கேடயத்தையும் எடுத்துக்கொண்டு குதிரைமேல் ஏறி ஆக்கேயின் குடிசையை நோக்கிப் புறப்பட்டாள். அவள் ஆக்கேயின் குடிசையை அடைந்து உள்ளே எட்டிப் பார்த்தபோது அவள் கண்ட காட்சி அவளைப் பிரமிக்கச் செய்தது.

மன்னன் ஓலாவ் தன் ஜன்ம வைரியான ஆக்கே படுத்துக்கிடந்த படுக்கைக்கருகே மண்டியிட்டுக் கடவுளைப் பிரார்த்தித்துக் கொண்டிருந்தான். ஆக்கே ஆச்சரியத்துடன் அவனையே பார்த்துக் கொண்டிருந்தான்.

கடைசியில் மன்னன் ஓலாவ் சொன்னான்: "ஆக்கே! நான் உன்னை ஓட ஓட விரட்டியிருக்கிறேன். எத்தனையோ தரம் நிலத்திலும் கடலிலும் உன்னைத் துரத்தியிருக்கிறேன், உன்னை வெட்டி வீழ்த்திவிடுவது என்கிற உத்தேசத்துடன். அப்பொழுதெல்லாம் நீ என் கையில் பிடிபட்டதில்லை. நீ வியாதிப்பட்டு இப்போது என்னிடம் சிக்கிக்கொண்டாய். இது கடவுளின் செயல். இதற்கு அர்த்தம் என்ன என்பதை நான் சிந்திக்கிறேன" என்றான்.

ஆக்கே பதில் சொல்லவில்லை. அவன் பதில் சொல்ல விரும்பினால் கூடச் சொல்லியிருக்க முடியாது. சாவைக் கண்டவன் போல மிரண்ட பார்வையுடன் ஓலாவையே வெறித்துப் பார்த்தான். ஓலாவ் தன் கைகளைச் சகோதரன் நெற்றியில் வைப்பது போல அவன் நெற்றிய வைத்துக்கொண்டு பிரார்த்தித்தான்: "கடவுளே! இவனைக் காப்பாற்று. இவன் என் விரோதிதான் என்றாலும், இவனைக் காப்பாற்று."

ஓலாவினுடைய கை பட்டவுடனேயே நோய் மறைந்துவிட்டதுபோல் இருந்தது. ஓலாவ் இப்படிப் பிரார்த்தனை செய்யவும் கடவுள் அவன் பிரார்த்தனைக்குச் செவிசாய்த்தார். ஆக்கே கண்ணை மூடி நிம்மதியாகத தூங்கத் தொடங்கினான்.

இவ்வளவையும் நேரில் பார்த்துக்கொண்டே நின்ற ஆஸ்டிரிடா நடுங்கினாள். "இவ்வளவு உத்தமனையா பொய் சொல்லி ஏமாற்றி நான் கல்யாணம் செய்துகொண்டேன்" என்று சிந்தித்தாள்.

ஆக்கேயைக் கொண்டுவந்து கங்க ஹல்லா அரண்மனையில் சேர்த்து, வைத்தியர்களை அழைத்து, அவனுக்கு சிசுருஷை செய்யவே ராணி ஆஸ்டிரிடாவினால் முடியவில்லை; ஒவ்வொரு தடவையும் ஆக்கேயைப் பார்க்கும்போது அவள் மனம் பகீரென்றது.

"நான் உன்னைக் கொல்ல வந்தவன்!"

அன்று புனித தினம். மகாத்மாக்களின் ஞாபகார்த்த தினம். காலையில் கோயிலுக்குப் போக ஓலாவ் தயார் செய்து கொண்டிருந்தான். அவனுடைய வீரர்களில் பலரும் அவனுடன் கோயிலுக்குப் போய்வரத் தயாராக நின்றார்கள். அரண்மனைக்கு வெளியேயிருந்த முற்றத்தில் வீரர்கள் இரண்டு நீண்ட வரிசையாக நின்றார்கள். இரண்டு வரிசைக்கும் இடையே நடந்து போய் அரசன் வீரர்களுக்கு முன்னால் நின்று கிளம்ப வேண்டும்.

ராணி ஆஸ்டிரிடா தன் அந்தப்புரத்து மாடியின் சாளரத்தில் நின்று கொண்டிருந்தாள். தன் காதலன் எப்படியிருக்கிறான் என்று எண்ணும்போது அவள் புளகாங்கிதையானாள். தலைக்கு மேலே கேசத்தை மறைக்காமல் முடிக்குப் பதிலாக ஒரு தங்க வளையம் அணிந்திருந்தான் ஓலாவ். ஓர் ஊதா நிறப் பட்டு அங்கியை எடுத்துப் போர்த்தியிருந்தான் மேலே. அவசரமில்லாமல், நிதானமாக, கடவுளைப் பற்றிய சிந்தனையிலே ஈடுபட்டவனாக, அவன் தன் வீரர்களுக்கிடையே நடந்தான். அவன் முகத்திலே அன்பும் அமைதியும் தாண்டவமாடியது. கடவுளின் மகாத்மாக்களிலே அவனும் ஒருவன் என்று மகாத்மாக்களின் தினமாகிய அன்று ஆஸ்டிரிடாவுக்குக்கூடத் தெரிந்துவிட்டது.

அரண்மனை வாசலையடுத்தாற்போல ஒரு மூலையில் ஒருவன் பதுங்கிக் கொண்டிருந்தான். அது சற்று இருட்டான பிரதேசம். ஆதலால் யார் கண்ணிலும் அவன் அப்படிப்

பதுங்கியிருந்தது தெரியவில்லை. தெரிந்திருந்தாலும் அவனை யாரும் கவனித்திருக்க மாட்டார்கள். அரசன் ஓலாவ் மெள்ள நடந்து இந்த மனிதனை அணுகியபோது அவன் போர்வையை உதறிவிட்டுக் கையில் உருவிய கத்தியை அவன் ஓங்கும் நேரத்திற்குள்ளாக ஓலாவ் அவனைப் பார்த்துவிட்டான். நிராயுதபாணி. ஆனால் ஆயுதங்களைப் பற்றி அப்பொழுது எண்ணவில்லை அவன். சற்றும் பயப்படாமல், பின் வாங்காமல், உருவிய கத்தியுடன் தன்மேல் பாய்ந்து வந்தவனை நேருக்கு நேராக நோக்கிக்கொண்டே நின்றான். பாய்ந்து வந்தவன் அந்த பார்வைக்கெதிரே தள்ளாடினான். அவன் வாள் கைநழுவித் தானாகவே கீழே விழுந்தது. அவன் ஓலாவுக்கு முன் மண்டியிட்டுக் கைகூப்பினான். அழுகை வந்தது அவனுக்கு. அடக்க மாட்டாமல் அடக்கிக்கொண்டு சொன்னான்:

"ஓ! ஓலாவ்! ஓலாவ்! உன் எதிரிகள் உன்னைக் கொன்றுவிடச் சொல்லி என்னை அனுப்பினார்கள். ஆனால் நான் உன்னைக் கண்டவடன் உன்னைக் கொல்ல வேண்டும் என்கிற எண்ணமே எனக்கு மறைந்துவிட்டது. நீ தெய்வத் தன்மை வாய்ந்தவன். மகான்; மகா பக்தன்: உன்னைக் கொல்லத் துணிபவன் பதராகத்தான் இருப்பான் – மனிதனாக இருக்க முடியாது. உன் கண்களில் ததும்பும் அன்பையும் அமைதியையும் கண்ட எவனும் உனக்கு எதிரியாக, விரோதியாக இருப்பது என்பது முடியாது. நான் என் குற்றத்தை ஒப்புக்கொண்டு விட்டேன். உன் கையால் தண்டனையை ஏற்க, நான் தயாராக இருக்கிறேன்."

தன் எதிரே மண்டியிட்டுக் கை கூப்பிய அவனைக் குனிந்து தூக்கி நிறுத்தினான் ஓலாவ். மெதுவான குரலில் சொன்னான்: 'உன் குற்றத்தை நீயே உணர்ந்து கொண்டு விட்டாய். அதுவே உனக்குப் போதுமான தண்டனை; உன்னை நான் மன்னித்து விட்டேன், போ" என்றான்.

அதற்கு மேல் என்ன நடந்தது என்பதை ராணி ஆஸ்டிரிடா கவனிக்கவில்லை. மெய்நடுங்க அவள் சாளரத்தைவிட்டு நகர்ந்து அறைக்குள் போய் ஆசனத்தில் சோர்ந்து சாய்ந்து விட்டாள்.

'பாபி நான்! மகா பாபி! இவ்வளவு பரிசுத்தமான மனிதனை, மகானை, பொய் சொல்லி ஏமாற்றி மணந்து

கொண்டேன் நான். என்னைப்போலப் பாக்கியசாலி கிடையாது என்று எண்ணினேன் நான். ஆனால் என்னைப்போன்ற பாபி கிடையாது என்று தெரிகிறது இப்போது" என்று அவள் தனக்குள்ளாகவே முணுமுணுத்துக் கொண்டிருந்தாள்.

வெண்ணிலவில்

அதே தினம் மாலை நேரத்திலே வானம் நிர்மலமாக இருந்தது. வானத்திலிருந்து முழு மதியின் இளநிலவு பூமியை எட்டித் தொட்டுக் கொண்டிருந்தது. கோட்டையையும், கோட்டையைச் சுற்றி இரு வீதிகளையும் வீரர்களையும் பிரஜைகளையும் பார்த்துக்கொண்டு அவர்களுடன் மாலைப் பொழுதெல்லாம் உல்லாசமாகப் பேசிப் பொழுதுபோக்கிவிட்டு நிலாத் தோன்றி இரண்டு நாழிகை நேரத்திற்கெல்லாம் அரசன் ஓலாவ் தன் அரண்மனை நோக்கித் திரும்பிக் கொண்டிருந்தான். அவன் அரண்மனை வெளி வாசலை அணுகும்போது ஒரு பெண்ணுருவம் திருட்டுத்தனமாக வெளியேறுவதைக் கண்டான். யார் என்று தெரியவில்லை. அவள் கறுப்புப் போர்வையால் முகத்தையும் உடலையும் போர்த்துக்கொண்டிருந்தாள். அவள் போன திசையும் நடந்த மாதிரியும் அரசனுக்குச் சந்தேகத்தைத் தருவனவாக இருந்தன. அவன் சந்தடி செய்யாமல் திரும்பிப் பின்தொடர்ந்தான்.

அவள் வாசலைத் தாண்டி, கடைத்தெருவெல்லாம் தாண்டி, குறுகிய ஜன நடமாட்டம் இல்லாத சந்துகள் வழியாக ஆற்றங்கரையை அடைந்தாள். அந்த இடத்தில் ஆறு அதிக ஆழமாக இருக்கும். அது தெரிந்தேதான் அவள் அந்த இடத்திற்கு வந்தாளோ என்று எண்ணிய அரசன் சந்தடி செய்யாமல் அவள் பின்னாலேயே வெகு சமீபத்தில் போனான்.

சற்று மேடான ஒரு இடத்திலே போய் நின்றுகொண்டு அவள் சிறிது நேரம் கைகூப்பி ஈசனைப் பிரார்த்தித்தாள். பிறகு ஆற்றிலே விழுந்துவிட விரும்புகிறவள்போல மேட்டின் ஓரத்துக்கு நகர்ந்தாள். கைகளை முன்னர் நீட்டிக்கொண்டு கீழே ஆற்றில் விழ யத்தனித்தாள்.

ஒரே தாவாகத் தாவிக் கீழே விழாமல் அவளைப் பிடித்துக் கொண்டான் அரசன் ஓலாவ். "துர்ப்பாக்கியவதியே! உன்

துன்பம் எத்தகையதானாலும் சரி! உன் பாபம் எவ்வளவு மகத்தானதானாலும் சரி! நீ அதற்காகத் தற்கொலை செய்துகொள்ள முயலுவது தகாது" என்றான்.

அரசனின் குரல் கேட்டவுடனே அந்த ஸ்திரீ தன் முகத்தை அரசனிடம் காட்ட விரும்பாதவள் போலத் தன் கைகளால் முகத்தை மூடிக் கொண்டாள். ஆனால் அவள் யார் என்று அறிந்து கொள்ள அரசனுக்கு அவள் முகத்தைப் பார்க்கத் தேவையேயில்லை. அவளைத் தொட்டவுடனேயே அறிந்துகொண்டுவிட்டான், அவள் தன் ராணிதான் என்று.

முதலில் பிடியிலிருந்து விடுபட ஆஸ்டிரிடா முயன்றாள். விடுவித்துக்கொள்ள முடியாமற் போகவே, அவன் மார்பில் சாய்ந்து விட்டாள். முன் ஒருதரம் ஏமாற்றியது போல இப்போதும் அரசனை ஏமாற்றி விடலாம் என்று எண்ணினாள் போலும். அவள் சொன்னாள்: "ஓலாவ்! இப்படி நீ திடீரென்று பின்னால் வந்து பிடித்துக் கொண்டாயே. சற்றுத் தவறியிருந்தால் நான் ஆற்றிலே விழுந்திருப்பேனே! ஆற்றிலே நிலவும் மதியும் எப்படி ஒளிவீசுகின்றன என்று பார்ப்பதற்காக எட்டிப் பார்த்தேன்... நீ... நான் பயந்தே போய்விட்டேன்" என்று தற்கொலை செய்துகொள்ள முயலாதவள் போலப் பேசினாள் ஆஸ்டிரிடா.

அரசன் பதில் சொல்லவில்லை. மௌனம் சாதித்தான்.

"நான் ஆற்றிலே விழுந்துவிட உத்தேசித்தேன் என்று எண்ணினாயோ நீ?' என்று சாந்தமாகத் திரும்பி அவனைப் பார்த்துக் கொண்டு கேட்டாள்.

"என்ன எண்ணுவது என்று எனக்குத் தெரியவில்லை. கடவுள் அறிவிப்பார்!" என்று அமைதியை இழக்காமல் பதில் அளித்தான் ஓலாவ்.

ஆஸ்டிரிடா உரக்கச் சிரித்தாள். தன் காதலனின் உதடுகளில் முத்தமிட்டாள். "என்னைப்போல் சந்தோஷமாக இருப்பவர்கள் தற்கொலை செய்துகொள்ளவும் விரும்புவார்களா? நீயே சொல். நான் உன் ராணி. எனக்கென்ன குறை இருக்கிறது?" என்று கேட்டாள்.

“எனக்குப் புரியவில்லை. கடவுள்தான் காப்பாற்றுவார் உன்னையும் என்னையும். நான் அறிய வேண்டியதை எல்லாம் தானாகவே எனக்கு அறிவிப்பார்” என்று கூறினான் ஓலாவ்.

என் உயிர் உன்னுடையது!”

“இந்த வெண்ணிலவிலே இப்படி உட்காரலாம் சிறிது நேரம்” என்று அரசனையும் தன்னுடன் அழைத்துப்போய் ஒரு மணல் திட்டிலே உட்கார்ந்துகொண்டாள். ஓலாவும் அவள் எதிரே உட்கார்ந்துகொண்டான்.

ஆஸ்டிரிடா சொல்லத் தொடங்கினாள்: “நான் உன்னை எப்படிக் காதலிக்கிறேன் தெரியுமா? சொல்லுகிறேன் கேள். நான் ராணியாக இருக்க விரும்பவில்லை. இனி, உன் காதலியாக மட்டுமே இருக்க விரும்புகிறேன். உன் ஜனங்களும் வீரர்களும் உன் பொழுதில் பாதியை எடுத்துக்கொண்டு விடுகிறார்கள். மற்றப் பாதிதான் எனக்குக் கிடைக்கிறது. அது போதவில்லை. தவிரவும் என் உயிர், உடல், பொருள், ஆவி எல்லாம் உன்னுடையவை.”

“உன்உடலும் பொருளும் என்னுடையவையாக இருக்கலாம். ஆனால் உன் உயிரும் ஆவியும் ஈசுவரனுடையவை” என்று பதில் அளித்தான் அரசன்.

ஆனால் ஆஸ்டிரிடா பேசிக்கொண்டே அரசனுடைய உடைவாளை உருவினாள். அதன் பிடியை அரசன் கையில் கொடுத்தாள். வாள் பக்கத்தைத் தன் மார்புக்கு நேராக வைத்துக் கொண்டாள். “என் உயிர் உன்னுடையதுதான். கடவுளுடையதல்ல” என்று கூறிக்கொண்டே வாளின் முனை யிலே சாய்ந்து வாளை மார்புக்குள் செலுத்திக்கொள்ள முயன்றாள்.

ஆனால் அரசன் ஓலாவ் அப்படி எல்லாம் ஏமாந்துவிடக் கூடியவன் அல்ல. அவன் விளையாட்டிலேகூட வாளைக் கெட்டியாக, கை நடுங்காமல் பிடிப்பவன். ஆஸ்டிரிடாவின் மார்பிலே அது படு முன்னரே வாளைப் பின்னுக்கு இழுத்து விட்டான். உடனே, அவள் உத்தேசம் அறிந்தவுடனே குதித்தெழுந்தான். வாளை உறையில் போட்டான். ராணி தன் கையாலேயே இறக்க விரும்பினாள் என்று அறிந்து

அவன் அங்கங்களெல்லாம் பதறின. வீரன் ஓலாவ் நடுங்கும் உள்ளத்துடனும் உடலுடனும் தன் எதிரில் நிற்பதைக் கண்டாள் ஆஸ்டிரிடா.

'இவள் ஏன் சற்று முன் தற்கொலை செய்து கொள்ள முயன்றாள்? இப்பொழுது ஏன் என் கையாலேயே இறக்க முயன்றாள்? ஏன்? ஏன்?' என்று சிந்தித்தான் ஓலாவ். 'தெரிகிறது. அவள் ஏதோ தவறு செய்து விட்டாள்! பாபம் செய்து விட்டாள்! அதுதான் காரணம்' என்று ஓலாவ் மனசில் உதித்தது.

குனிந்து ஆஸ்டிரிடாவின் முகத்தை நிமிர்த்திக் கேட்டான்: "சொல்? நீ என்ன தவறு செய்துவிட்டு இப்படி அவஸ்தைப்படுகிறாய்? என்னிடம் சொல்" என்றான்.

ஆஸ்டிரிடா பதில் கூறாமல் அழுதாள். அவன் காலடியில் விழுந்து மண்ணில் புரண்டு விக்கி விக்கி அழுதாள்.

"இந்த மாதிரி அழுகிறவள் பாபியாகத்தான் இருக்க வேண்டும். தெரிகிறது. நீ என்ன பாபம் செய்து விட்டு இப்படித் திணறுகிறாய்? சொல்லு, என்னிடம் சொல்லு, இஞ்செகார்டு" என்று கெஞ்சினான் ஓலாவ்.

"நான் இஞ்செகார்டு அல்ல"

பதில் சொல்லாமல் அழுதாள் ராணி. ஓலாவினுடைய பாதங்களெல்லாம் அவளுடைய கண்ணீரால் நனைந்தன.

"இதென்ன இஞ்செகார்டு, அழாதே. மனசைத் தேற்றிக் கொள். பாபம் எதற்குமே பிராயச்சித்தம் உண்டு. குற்றம் செய்ததை உணர்ந்து ஒப்புக் கொண்டாலே மன்னிப்புக் கிடைக்கும். நீ என்ன பாபம் செய்தாய்? சொல்லு."

அவள் மௌனமாகவே அழுது கொண்டிருப்பதைக் கண்டு ஓலாவ் மேலும் சொன்னான். "என்னிடம் சொல்லக்கூடாதது என்ன, இஞ்செகார்டு? எதுவானாலும் சொல்லலாம், சொல்லு... இஞ்செகார்டு! இஞ்செகார்டு!"

ஓலாவ் குனிந்து அவள் முகத்தை நிமிர்த்தினான்; அவள் அண்டையில் உட்கார்ந்து கொண்டான்.

"இஞ்செகார்டு" என்று அவன் அடுத்த தடவை கூப்பிட்டதும் ஆஸ்டிரிடா தன் அழுகையைச் சமாளித்துக்கொண்டு விக்கல்களுக்கிடையே, "நான் இஞ்செகார்டு அல்ல" என்று பதில் அளித்தாள்.

"என்ன? இஞ்செகார்டு அல்லவா நீ? அப்படியானால் நீ யார்?" என்று கேட்டான் ஓலாவ்.

"நீ யார்?" என்று மீண்டும் கேட்டான்.

மீண்டும் அழத் தொடங்கிவிட்டாள் ஆஸ்டிரிடா. அவளால் பதில் சொல்ல இயலவில்லை.

"நீ யார்?" என்று மூன்றாவது தடவையும் கேட்டான் ஓலாவ்.

அழுகையை நிறுத்தாமல் இரண்டு கைகளையும் தூக்கி விலங்கிடப் பட்டவைபோலச் சேர்த்துக் காண்பித்தாள் ஆஸ்டிரிடா.

"ஓ! நீ அடிமைப் பெண்ணா?" என்றான் ஓலாவ். சிறிது நேரம் யோசித்த பின் அவனுக்கு விஷயம் விளங்கியது. "ஸ்வீடன் தேசத்து மன்னனுக்கு அடிமை வயிற்றில் பிறந்த பெண் ஒருத்தி உண்டென்று நான் கேள்விப்பட்டிருக்கிறேன். அவள் தானோ நீ?" என்றான்.

"ஆமாம்" என்பதற்கு அறிகுறியாகத் தலையை ஆட்டினாள் ஆஸ்டிரிடா.

"எனக்குத் தன் குமாரியை மணம் செய்து கொடுப்பதாக வாக்களித்த ஸ்வீடன் தேசத்து மன்னன், ராணி வயிற்றுப் பெண்ணை அனுப்பாமல் அடிமை வயிற்றுப் பெண்ணை அனுப்பி ஏமாற்றினானா?"

"ஆம்" என்றாள் ஆஸ்டிரிடா.

"நான் உன்னை மணந்து கொண்டேன், இஞ்செகார்டு என்று எண்ணி. அரசகுமாரி என்று எண்ணி அடிமைப் பெண்ணை மணந்து கொண்டேன். என் குலத்துக்கே அவமானம் விளைந்தது உன்னால், இல்லையா" என்றான் ஓலாவ் கசப்புடன்.

அவன் குரலில் தொனித்த ஏமாற்றத்தையும் கசப்பையும் கண்டு ஆஸ்டிரிடா தன் துக்கத்தை மறந்துவிட்டாள். அழுகையை நிறுத்தி நிமிர்ந்து நின்றாள். அவள் சொன்னாள்: "உனக்குத் தவறும் தீங்கும் இழைத்துவிட்ட என் உயிரை நீயே வாங்கிவிடு. ஒரே வீச்சில் என்னைக் கொன்று போட்டுவிடு" என்றாள். மீண்டும் அவன் உடைவாளை உருவி அவன் கையில் கொடுத்தாள்.

அந்த வாளின் பிடியிலே 'அன்பே தெய்வம்! அடிமைகளே ஆண்டவர்கள்! மன்னிப்பவர்களே புண்யசாலிகள்!' என்ற மூன்று வாக்கியங்களும் பொறிக்கப்பட்டிருந்தன. கோபத்திலே மன்னன் ஓலாவ் ஆஸ்டிரிடாவின் உயிரை வாங்கியிருப்பான். ஆனால் வாளின் பிடியிலே செதுக்கியிருந்த வாக்கியங்கள் அவன் கோபத்தைச் சமனப்படுத்தின. சிந்தித்தே எதையும் செய்யலாம் என்று சற்றுத் தயங்கினான்.

தயங்கித் தயங்கி உடைவாளை மீண்டும் உறைக்குள் செருகி விட்டான். "உன்னைக் கொல்ல நான் விரும்பவில்லை" என்றான்.

ஆற்றங்கரை ஓரத்திலே சிந்தனையில் ஆழ்ந்தவனாக மன்னன் ஓலாவ் குறுக்கும் நெடுக்கும் நடந்தான்.

ஒரு வார்த்தையும் பேசாமல், தொங்கிய தலையுடன், ஏக்கம் நிறைந்த உள்ளத்துடன், கூப்பிய கைகளுடன் நின்றாள் ஆஸ்டிரிடா. தான் செய்தது தவறல்ல என்று ஸ்தாபிக்க அவள் ஒரு வார்த்தையும் சொல்லவில்லை. எப்படிச் சொல்ல முடியும்? தான் செய்தது தவறல்ல என்ற நம்பிக்கை அவளுக்கே இல்லையே!

"என் உள்ளத்திலே நிறைந்தாய்!"

வெகுநேரம் யோசனையில் ஆழ்ந்திருந்த ஓலாவ் கடைசியில் சொன்னான்: "என் ராணியாக நீ சில காலம் இருந்துவிட்டாய். உன்னை இஞ்செகார்டு என்று எண்ணித்தான் நான் அங்கீகரித்தேன். எனினும் நீயும் அழகி, ராணியாக இருக்கத் தகுந்தவள். அடிமைக் குலத்தில் உதித்த நீ இவ்வளவு தகுதியுள்ளவளாக இருந்தது பெரிசுதான். இருந்தாலும் பொய்

ஸெல்மா லாகர்லெவ் ◆ 105

சொல்லி, ஏமாற்றி என்னை வந்தடைந்து விட்டாய் நீ! அதை எப்படி நான் மன்னிக்க முடியும்?"

அவள் மாயம் வல்ல அரக்கியாக, பொய்ப்பெயருடன், பொய்க்குலத்துடன், உள்ளத்திலே பொய்யுடன், தன்னை வந்தடைந்தாள், தன்னை ஏமாற்றினாள் என்று எண்ணும்போது அரசனுக்குக் கோபம் மீண்டும் பொங்கி எழுந்தது. அவன் கை அவனையும் அறியாமலே உடைவாளின் பிடியைத் தேடியது. பிடியிலே பொறித்திருந்த வார்த்தைகள் மீண்டும் அவனைச் சாந்தப்படுத்தின.

"ஆனால் எப்படி நான் உன்னை மன்னிக்க முடியும் என்றுதான் தெரியவில்லை. உன்னை நம்பி இனி ராணியாக நான் ஏற்றுக் கொள்வது எப்படி?"

அடிமைப் பெண் ஆஸ்டிரிடாவின் மனசிலே ஆசை ஊசலாடியது. அந்த ஆசையைப்போலவே தெளிவுக்கும் அழுகைக்கும் இடையே ஊசலாடும் குரலிலே அவள் தன் கதையை ஆதியோடந்தமாக நடந்தது நடந்தபடியே கூறினாள்.

"நான் அடிமை. பிறந்தது முதல் அடியையும் வசவையும் தின்று இன்பம் என்பதையே ஒருநாளும் காணாதவள். உன்னை ஏமாற்றும் உத்தேசத்துடன் நான் கங்க ஹல்லா வரவில்லை. கவி ஹியால்டே சொன்ன நாளில் இருந்து என் உள்ளத்திலே நீ நிறைந்தாய். உன்னை ஒரு தரமேனும் நேரில் கண்டு தரிசிக்கும் பாக்கியம் எனக்குக் கிடைக்காதா என்று ஏங்கிக் கொண்டிருந்தேன்; கிடைத்த சந்தர்ப்பத்தைப் பயன்படுத்திக் கொண்டேன். பார்த்து உன்னிடம் உண்மையை சொல்லிவிடுவது என்றுதான் எண்ணியிருந்தேன். பெண்ணல்லவா நான், கிடைக்க இருந்த இன்பத்தைத் தானாகவே இழக்க எனக்கு மனம் வரவில்லை. என் உதவிக்குக் கவி ஹியால்டேயை அழைத்தேன். அவன் 'உன் விதி' என்று போய்விட்டான். நான் செய்த தவறெல்லாம் காதலால் பிறந்தவையே தவிர வேறு அல்ல. நான் உயிரை விடவும் தயாராகவே இருந்தேன் என்பதை நீ கண்டாய்."

மீண்டும் அழுகை வந்தது அவளுக்கு. ஆனால் அதை அடக்கிக் கொண்டு மன்னன் ஓலாவையே பார்த்துக்கொண்டு நின்றாள் அவள்.

“நீ இஞ்செகார்டு அல்ல; என் கனவுக் காதலியும் அல்ல. பொய் நிறைந்த ஓர் அடிமைப் பெண் நீ!” என்று கூறினான் ஓலாவ்.

“உன் பெயரைக் கேட்ட நாள் முதல் நான் உன்னைக் காதலித்தேன், ஓலாவ்” என்றாள் ஆஸ்டிரிடா மெதுவான குரலில்.

அவள் குரலும் வார்த்தைகளும் அவன் காதில் இனிய கீதமாக ஒலித்தன மீண்டும்.

ஆனால் ஆஸ்டிரிடா தொடர்ந்து சொன்னாள்: “நீ இதை அறியுமுன் இறந்து விட வேண்டும் என்று நான் ஆசைப்பட்டேன். நான் அனுபவித்தறியாத இன்பம், உன் காதல் இன்பம் அறிந்து சந்தோஷப்பட்டேன். இதைவிட இன்பம் எனக்கு – அடிமைப்பெண் ஆஸ்டிரிடாவுக்கு கிடைப்பதற்கில்லை. நான் உனக்கேற்ற மனைவியல்ல என்று ஒப்புக் கொள்கிறேன். இனி நான் என் வழி செல்கிறேன். குறுக்கே நிற்காதே ஓலாவ், நான் போகிறேன். வழிவிடு. உனக்குப் பெரும் தீங்கு இழைத்துவிட்டேன் நான். அதை மன்னித்துவிடு என்று கூற தைரியம் இல்லை. மன்னிக்க முடியாத குற்றந்தான் அது. எனினும் அந்தக் குற்றத்தின் காரணம் ஒரு பெண்ணின் உண்மையான காதல்தான் என்பதை நீ ஞாபகம் வைத்துக்கொள். நான் பாவி; உன் அருகில் வருவதற்கே லாயக்கில்லாதவள். இனி உன் எதிரில் வரமாட்டேன். போகிறேன் விடு வழியை” என்று போர்வையை மீண்டும் இழுத்துப் போர்த்துக்கொண்டு கிளம்பினாள் ஆஸ்டிரிடா.

“மன்னிப்பவர்களே புண்யசாலிகள், அடிமைகளே ஆண்டவாகள், அன்பே தெய்வம்” என்ற ஏசுவின் வாக்கியங்கள் மீண்டும் ஓலாவன் ஞாபகத்துக்கு வந்தன. அவன் உள்ளத்திலே பெரும் போராட்டம் ஒன்று நிகழ்ந்தது. ஆஸ்டிரிடா நாலடி எடுத்து வைத்து நகரை நோக்கித் தள்ளாடித் தள்ளாடி நடப்பதற்குள் போராட்டம் முடிந்துவிட்டது. அவன் உள்ளம் நிறைந்தது. ஒரே தாவில் பாய்ந்துவந்து ஆஸ்டிரிடாவைக் கட்டி அணைத்துக் கொண்டான்.

“நீயே என் ராணி!” என்றான்.

"ஓலாவுக்கும் மற்ற சாதாரண மனிதர்களுக்கும் வேறு என்ன வித்தியாசம்? நீ எனக்குத் தீங்கு இழைத்துவிட்டது என்னவோ உண்மை. ஆனால் அதை மன்னித்துவிட்டு உன்னை அங்கீகரிப்பதற்கு எனக்குத் தெம்பிருக்கிறது. நீ அடிமைப் பெண்ணாகப் பிறந்தவள்தான் எனினும், மன்னன் ஓலாவை மணந்து கொண்டதனால் ராணியாகிவிட்டவள். நீ பொய் சொல்லிப் பாபம் செய்தவள்தான் எனினும் உன் பாபத்தை நீயாகவே உணர்ந்து ஒப்புக்கொண்டு விட்டாய். அதற்காக நீ உன் உயிரைக் கொடுக்கவும் தயாராகவே இருந்தாய் என்பதையும் நான் கண்டேன். கடவுள் கோயிலில் நான் உன்னை மணந்து கொண்டேன். உன்னையே என் ராணியாகக் கடவுள் விதித்தார் என்பதை நான் அறிகிறேன். அப்படியிருந்தும் நான் உன்னை ஏற்றுக்கொள்ளத் தயங்குவானேன்? நீ சகல விதத்திலும் எனக்கு ஏற்றவள்தான் என்பதை நாமிருவரும் சேர்ந்து இதுகாறும் வாழ்ந்திருந்த நாட்களில் நான் கண்டுவிட்டேன்."

அவன் பிடியிலிருந்து தப்பி ஓடிவிட முயன்றாள் ஆஸ்டிரிடா. முடியவில்லை. சிறிது நேரம் முயன்றபின் சோர்ந்து, பயன்படாது என்று உணர்ந்து அவன் மார்பில் சாய்ந்து விட்டாள். அவள் கண்களில் நீர் நிறைந்திருந்தது ஆனால் அது துன்பக் கண்ணீரா, இன்பக் கண்ணீரா என்று அவளுக்கே தெரியாது.

ஓலாவ் மேலும் சொன்னான்: "யோசித்துப் பார்த்தால் நீ செய்துவிட்டது அப்படி ஒன்றும் தவறாகக் கூடத் தோன்றவில்லை எனக்கு. கடவுள் மனிதர்களைப் பலஹீனமாகவேதான் படைத்திருக்கிறார் – அதுவும் மனிதனின் உள்ளம், இதயம் மிகவும் மென்மையானது. போகட்டும்; இதை மறந்துவிடு... என் காதலியின், என் ராணியின். உண்மைப் பெயர்கூட இன்னதென்று தெரியாமல் இவ்வளவு நாள் நான் காலங்கழித்தது என் பேரில் தவறில்லையா?" என்றான்.

வெகு நேரம் தன் பெயரைச் சொல்லத் தயங்கினாள் ஆஸ்டிரிடா. கடைசியில் அவன் காதோரம் உதடுகளை வைத்து மெதுவாக "அடிமைப்பெண் ஆஸ்டிரிடா" என்றாள்.

"என் ராணி ஆஸ்டிரிடா" என்று உரக்கக் கூவினான் ஓலாவ். அவன் வாய், "ஆஸ்டிரிடா, ஆஸ்டிரிடா" என்று சதா முணுமுணுத்துக் கொண்டிருந்தது.

அந்த வெண்ணிலவில் ஆற்றங்கரையோரத்திலே காதலியும் காதலனும் மனம்விட்டு வெகுநேரம் பேசிக் கொண்டிருந்தார்கள். பழங்கதைகளை, காதல் நினைவுகளை! அவர்கள் அரண்மனை திரும்பும்போது நள்ளிரவாகிவிட்டது.

தமிழில்: க.நா.சு.

டெடுயூஸ் பரோவ்ஸ்கி
(1922 - 1951)

பொலிஷ் கவிஞர், சிறுகதைப் படைப்பாளி, பத்திரிகையாளர். 1922ஆம் ஆண்டு பிறந்த டெடுயூஸ் பரோவ்ஸ்கி, முப்பது வயது கூட ஆகி யிருக்காத நிலையில், 1951ஆம் ஆண்டு ஜுலை 1ஆம் தேதி தற்கொலை செய்துகொண்டார். இதற்கான காரணம் சரிவரத் தெரியவில்லை. எனினும் இதில் சோவியத்தும் ஜெர்மனியும் கணிசமான பங்கு வகித்திருக்கின்றன என்பதில் சந்தேகமில்லை.

சோவியத் 'லேபர் கேம்ப்'இல் அவரின் பெற்றோர் பல வருடங்களைக் கழித்தனர். ஜெர்மன் ஆக்கிரமிப்பின்போது மிக மோசமான தலைமறைவு வாழ்க்கையை எதிர்கொண்ட பரோவ்ஸ்கி, பின்னர் கைப்பற்றப்பட்டு வதை முகாமில் இரண்டாண்டுகள் (1943-45) இருக்க நேரிட்டது.

உலுக்கியெடுக்கும் இவரது கதைகள் 'This Way for the Gas, Ladies and Gentlemen' *(பெங்குவின் வெளியீடு)* என்ற தலைப்பில் புத்தகமாக வெளி வந்திருக்கின்றன. பரோவ்ஸ்கியைப் பொறுத்தவரை, வதை முகாம்

என்பது ஒரு உருமாதிரி. வெளி உலகமும் மிகப் பெரியதோர் வதை முகாமாகவே இருக்கிறது. வெளி உலகின் சகஜமானதோர் பகுதியாகவே 'வதை முகாம்' இருக்கிறது. உருமாதிரியான வதை முகாமில் நடைபெறும் உறைய வைக்கிற ஒரு சம்பவமே 'இரவு உணவு.'

இரவு உணவு

இரவு கவிழ்வதற்காக நாங்கள் பொறுமையோடு காத்திருந்தோம். மலைகளுக்கப்பால் வெகு தொலைவில் சூரியன் ஏற்கெனவே நழுவியிருந்தது. அப்போதுதான் உழப்பட்டிருந்த, இப்பவும்கூட ஆங்காங்கே திட்டுத் திட்டாய் அழுக்கேறிய பனி மேவியிருந்த மலையடிவாரங்களின் மீதும் பள்ளத்தாக்குகளின் மீதும் அடர்த்தியான சாயைகள் மாலைநேர மூடுபனியோடு முழுமையாக ஊடாடிக் கவிந்திருந்தன. ஆனால், இப்போதுகூட, மழை மேகங்களோடு கனத்திருந்த வானத்தின் வளைந்த அடிவயிற்றோடுகூடி, இளஞ்சிவப்பு சூரிய ஒளிக்கற்றைகளை நீங்கள் அங்கும் இங்குமாகப் பார்க்கலாம்.

திடீரென்று ஆவேசமாக வீசிய பலத்த காற்று, பூமியின் ஈரவாடையோடு கனத்து, மேகங்களைச் சுழற்றியடித்தபடி, கூரான பனிச் செதிலாக உடம்பை ஊடறுத்துச் சென்றது. பலத்தகாற்றினால் பிய்த்தெறியப்பட்ட ஒற்றைத் தகரப் பலகை மேற்கூரையின் மீது தடதடவென்று ஒரே மாதிரியாக சப்தமிட்டுக் கொண்டிருந்தது.

வறண்ட ஆனால் கூர்ப்பான வாடைக் காற்று வயல் வெளிகளிலிருந்து கிளம்பி வந்தது. கீழ்ப் பள்ளத்தாக்கின் தண்டவாளங்களில் சக்கரங்கள் கடகடத்துச் செல்ல, ரயில் எஞ்சின் விசனத்தோடு ஓலமிட்டது. அந்தி சாய்ந்தது. எங்கள் பசி மேலும் மேலும் பயங்கரமாக அதிகரித்தது. நெடுஞ் சாலையில் போக்குவரத்து அநேகமாக முற்றிலுமாய் உயிர் இழந்திருந்தது. அவ்வப்போது காற்றில் மிதந்து வந்த ஒரு சம்பாஷணைத் துணுக்கு; ஒரு வண்டிக்காரனின் கூப்பாடு அல்லது எப்போதாவது கேட்கும் மாட்டு வண்டியின் கட கட சப்தம் – சரளைக்கல் மீது தங்கள் நுகத்தடியை மாடுகள் சாவகாசமாய் இழுத்துச் செல்கின்றன – இவை மட்டுமே. நடைபாதையில் சந்தனக் கட்டைகள் கட கடக்கும் ஒலியும், இரவு நடனத்துக்காக கிராமம் நோக்கி அவசரமாக விரையும் விவசாயப் பெண்களின் அடித் தொண்டையிலிருந்து எழும் சிரிப்பொலியும் தொலைவில் மெல்லக் கரைந்தன.

ஒரு வழியாக இருள் அடர்ந்தது; மழை லேசாகப் பெய்யத் தொடங்கியது. உயரமான மின்கம்பங்களிலிருந்து முன்னும் பின்னுமாக அசைந்தாடிய அநேக நீலவண்ண விளக்குகள், சாலையின் குறுக்கே நீட்டிக்கொண்டிருக்கிற மரக்கிளைகளின் மீது மங்கலான வெளிச்சத்தைப் பாய்ச்சின. காவலர் குடியிருப்புகளின் கூரை மின்னியது; காலியாகக் கிடந்த நடைபாதை, ஈரமான தோல்பட்டையைப் போல் பிரகாசித்தது. படைவீரர்கள் அணி வகுத்தபடி ஒளி வட்டத்தில் தோன்றி, பின் மீண்டும் இருளில் மறைந்தனர். சாலையில் கேட்ட அவர்களின் காலடிச் சப்தம் மிகவும் நெருங்கி வந்தது.

அதன் பிறகு, முகாம் படைத்தலைவனின் டிரைவர், இரண்டு அடுக்கு வீடுகளுக்கிடையே இருந்த பாதையில், குவிவிளக்கின் மூலம் ஒளிக்கற்றைகளைப் பாய்ச்சினான். முகாம் தழும்புகளுடன் இருபது ரஷ்ய வீரர்கள், அவர்களின் கைகள் முட்கம்பிகளால் பின்புறமாகக் கட்டப்பட்டிருக்க, கழுவும் அறையிலிருந்து மேட்டுப் பகுதிக்கு இழுத்து வரப்பட்டனர். 'ப்ளாக் பொறுப்பாளர்கள்' அவர்களை, அங்கு மணிக்கணக்கில் அமைதியாக, அசைவற்று, வெறும் தலையோடு, பசியுடன்

நின்றுகொண்டிருந்த கூட்டத்தினரை நோக்கியிருக்கும் வகையில் நடைபாதையில் வரிசையாக நிற்க வைத்தனர். ரஷ்யர்களின் உடம்புகள், அந்தப் பிரகாசத்தில் தெள்ளத் தெளிவாகத் தனித்துத் தெரிந்தன. அவர்களது உடுப்பின் ஒவ்வொரு மடிப்பும் புடைப்பும் சுருக்கமும் தெரிந்தன. பிய்ந்த பூட்ஸின் வெடிப்புகள்; பேண்டின் ஓரங்களில் ஒட்டி வறண்டிருந்த களிமண் திட்டுகள்; அவர்களின் தொடை இடுக்குகளோடு இருந்த ஒட்டுத் தையல்கள்; சிறை உடுப்புகளின் நீலக்கோடுகளினூடாக வெளிப்பட்ட வெள்ளை நூல்கள்; வளைவு சுழிவான புட்டங்கள்; விரைத்த கைகள்; வலியால் துடிக்கும் ரத்தம் இழந்த விரல்கள்; மூட்டுகளில் உறைந்திருந்த ரத்தத் துளிகள்; துருப்பிடித்த கம்பியால் சதை கிழிந்து, வீங்கிய மணிக்கட்டுகளின் தோலில் பரவத் தொடங்கியிருந்த நீலம்; பின்புறமாக வளைத்து முறுக்கப்பட்டு இன்னொரு கம்பியால் கட்டப்பட்டிருந்த வெறுமையான முழங்கைகள் – இவையனைத்தும் சுற்றிப் பரவியிருந்த கருமையில், ஏதோ பனிக்கட்டியால் செதுக்கப்பட்டது போல் வெளிப்பட்டன. அவர்களின் நீண்ட நிழல்கள், சாலையின் குறுக்காக விழுந்து, நீர்த் துளிகள் தாங்கிப் பிரகாசித்த முள்கம்பி வேலிகளைக் கடந்து, சருகாய் வாடிய புல் மேவியிருந்த மலையடிவாரத்தில் மறைந்தன.

காய்ந்து கறுத்து சாம்பல் நிறமாகியிருந்த படைத்தலைவன், இந்த நிகழ்ச்சிக்காக என்றே கிராமத்திலிருந்து வந்திருந்தான். சோர்வான ஆனால் உறுதியான எட்டுகள் வைத்து வெளிச்சப் பகுதியைக் கடந்து, இருளின் விளிம்பில் நின்றபடி, ரஷ்யர்கள் இரண்டு வரிசையாக சரியான இடைவெளியில் பிரிந்து நிற்பதைத் தீர்மானித்தான். அதனைத் தொடர்ந்து காரியங்கள் விரைவாக நடக்கத் தொடங்கின. ஒரு பிண்ட் (கிட்டத்தட்ட 550 மி.லி.) சூப்புக்காக – கூடாரத்தில் இப்பவும் அது கொதிகலனில் சூடாக வைக்கப்பட்டிருக்கலாம் – பதினேழு மணி நேரமாக உறைந்த உடம்போடு காத்திருக்கும் வெறும் வயிறுக்கு அது அவ்வளவு விரைவாகத் தெரியாமல் இருக்கலாம். படைத்தலைவனின் பின்புறமாக இருந்து வெளிவந்த ‘முகாம்

பொறுப்பாளர்' ஆன ஓர் இளைஞன், "இது ஒரு மோசமான விஷயம்" என்று கத்தினான். அவன் தான் அணிந்திருந்த, பிரத்யேகமாகத் தயாரிக்கப்பட்டு, கச்சிதமாய் பொருந்திய கறுப்பு மேற்சட்டையின் தொங்கலை ஒரு கையால் பற்றி யிருந்தான்; மறுகையில் வில்லோ தடியொன்றைப் பற்றியபடி அதைத் தன் பூட்ஸ்களின் மீது ஒரு லயத்தோடு தட்டிக் கொண்டிருந்தான்.

"இவர்கள் – இந்த மனிதர்கள் – குற்றவாளிகள்! நான் விளக்க வேண்டிய அவசியமில்லை என்று எண்ணுகிறேன். இவர்கள் கம்யூனிஸ்டுகள்! இவர்கள் உரிய வகையில் தண்டிக்கப்படுவார்கள் என திருவாளர் படைத்தலைவர் உங்களிடம் தெரிவிக்கிறார். மேலும் திருவாளர் படைத்தலைவர் என்ன சொல்கிறார் என்றால்... சரி, நானே சொல்கிறேன். நீங்களும்கூட ஜாக்கிரதையாக இருப்பது நல்லது, புரிகிறதா?"

"போதும், போதும். நேரத்தை வீணாக்க நமக்கு அவகாச மில்லை." இடைமறித்த படைத்தலைவன், பட்டன்கள் இல்லாத மேல்கோட் அணிந்திருந்த அதிகாரியை நோக்கித் திரும்பினான். சிறிய 'ஸ்கோடா' வண்டியின் முன்கவசத்தின் மீது சாய்ந்திருந்த அவன், தன் கையுறைகளை மெதுவாகக் கழற்றினான்.

"போங்கள். இன்று முகாம் முழுவதற்குமே இரவு உணவு கிடையாது!" 'முகாம் பொறுப்பு' இளைஞன் சொன்னான். "ப்ளாக் பொறுப்பாளர்கள் சூப்பை மீண்டும் சமையலறைக்கு எடுத்துக்கொண்டு போவார்கள்... ஒரு கப் குறைந்தாலும் நீங்கள்தான் எனக்குப் பதில் சொல்லியாக வேண்டும். புரிகிறதா, உங்களுக்கு?"

நீண்ட, ஆழ்ந்த பெருமூச்சு கூட்டத்தினரிடையே பரவியது. மெது மெதுவாக முன்வரிசைக்காரர்கள் முன்னுக்குத் தள்ளப்பட்டார்கள். சாலையின் அருகே இருந்த கூட்டம் நெரிசல் அடைந்தது. முன்னால் குதிப்பதற்குத் தயாரானபடி நெருக்கியடிக்கும் மனிதர்களின் மூச்சு உங்களின் பின்புறமாக சுகமான வெதுவெதுப்புடன் பரவுகிறது.

படைத்தலைவன் சமிக்ஞை செய்தான். கைகளில் துப்பாக்கி ஏந்தியபடி, நீண்ட வரிசையாக S.S. ஆட்கள் (நாஜி சிறப்பு போலீஸ் பிரிவு) இருளிலிருந்து வெளிப்பட்டனர். ரஷ்யர்களுக்குப் பின்னால், ஒவ்வொருவருக்கும் பின்னால் ஒருவர் என, அவர்கள் கனகச்சிதமாகத் தங்களை அமைத்துக்கொண்டனர். அவர்களுக்கு சாப்பிடவும், கோலாகலமான சீருடைகள் அணிந்துகொள்ளவும், ஆசுவாசப் படுத்திக்கொள்ளவும், நகத்தைப் பராமரித்துக்கொள்ளவும்கூட வாய்ப்பு இருந்தது. அவர்களுடைய விரல்கள் துப்பாக்கியின் அடிப்பாகத்தை இறுகப் பற்றியிருந்தன. அவர்களுடைய விரல் நகங்கள் இளஞ் சிவப்பாகவும் சுத்தமாகவும் இருந்தன. கிராம நடனத்தின்போது அவர்கள் உள்ளூர் பெண்களுடன் கலந்து கொள்ளத் திட்டமிட்டிருக்கிறார்கள் என்பது வெளிப்படையாகத் தெரிந்தது. துப்பாக்கியின் அடிப்பாகத்தைத் தங்கள் இடுப்பில் தாங்கியபடி, துப்பாக்கி முனையை ரஷ்யர்களின் சுத்தமாக மழிக்கப்பட்ட பிடரிகளின் மீது அழுத்தியவாறு, சுடுவதற்குத் தயாராகக் கூர்மையாகப் பிடித்திருந்தனர்.

"அட்டென்ஷன்! ரெடி, ஃபயர்!" என்று படைத்தலைவன் தன் குரலை உயர்த்தாமல் சொன்னான். துப்பாக்கிகள் முழங்கின; சிதறும் தலைகளிலிருந்து தெறித்து விழுவனவற்றிலிருந்து விலகி நிற்பதற்காகப் போர் வீரர்கள், ஓரடி பின்னால் குதித்தனர். ஒரு கணம் கால்கள் தடுமாறிய ரஷ்யர்கள், அதைத் தொடர்ந்து நடைபாதையில் ரத்தம் பீய்ச்சியடிக்க, மூளைப் பகுதிகள் தெறிக்க, கனமான சாக்குகளைப் போல் தரையில் விழுந்தனர். தோள்களின் மீது துப்பாக்கியைத் தூக்கிப் போட்டபடி படை வீரர்கள் வேகமாக அணிவகுத்து மறைந்தனர். பிணங்கள் தற்காலிகமாக வேலியடியில் இழுத்துப் போடப்பட்டன. படைத்தலைவனும் அவனது பரிவாரமும் 'ஸ்கோடா'க்குள் நுழைந்தனர். கேட் வரை பின்னாலேயே சென்ற அது, பின் சத்தமாக சீறிக் கிளம்பியது.

காய்ந்து கறுத்து சாம்பல் நிறமாயிருந்த படைத்தலைவன் பார்வையிலிருந்து மறைந்த உடனேயே, அதுவரை சத்தமின்றி தொடர்ந்து முண்டியடித்துக்கொண்டிருந்த கூட்டம், உரக்கக்

கூச்சலிட்டபடி தாவிக் குதித்து நடைபாதையை மொய்த்துக் கொண்டது. அதன்பிறகு, முகாமிலிருந்து உதவிக்காக வரவழைக்கப்பட்ட கூடாரத் தலைமையாளர்களும், ப்ளாக் பொறுப்பாளர்களுமாய் சேர்ந்து அவர்களைக் கலைந்து போகச் செய்தனர். அவர்கள் சிதறி ஓடி, ஒவ்வொருவராக ப்ளாக்குகளுக்குள் சென்று மறைந்தனர். மரணதண்டனை நிறைவேற்றப்பட்ட இடத்திலிருந்து கொஞ்ச தூரம் தள்ளி – என்னால் சாலையை அடைய முடியாத வகையில் – நான் நின்றுகொண்டிருந்தேன். ஆனால், அதற்கு மறுநாள், எங்களை மீண்டும் வெளியே வேலைக்கு விரட்டிச் சென்றபோது, உடலாலும் உள்ளத்தாலும் உருக்குலைக்கப்பட்டு வாழ்வதற்கான வலுவோ விருப்பமோ இல்லாதபடி ஆக்கப்பட்டிருந்த எஸ்தோனியாவைச் சேர்ந்த ஒரு யூதன், இரும்பு உருளைகளை இழுத்துச் செல்வதற்கு எனக்கு உதவி செய்தபடி, ஒரு விஷயத்தை எனக்குப் புரியவைக்க அன்று முழுவதும் முயற்சி செய்தான்: மனித மூளை, உண்மையில், அதை அப்படியே சாப்பிடுமளவுக்கு மிக மிருதுவானது.

ஆங்கில மொழிபெயர்ப்பு: பார்பரா வெடெர்

தமிழில்: சி. மோகன்

ஸிந்தியா ஓசிக்
(1928 -)

மிகச் சிறந்த புத்திசாலி. பெண். கட்டுரையாளர், விமர்சகர், மொழிபெயர்ப்பாளர், சிறுகதை - குறுநாவல் - நாவல் படைப்பாளி. யூத மரபில் தோய்ந்த அறிவுக் கூர்மையும் படைப்புத் திறனும் மிக்கவர்.

தனித்துவமிக்க மொழி ஆளுமை கொண் டவர். மிகுந்த கவனத்துடன் அணுகப்பட வேண்டிய எழுத்து இவருடையது. எழுத்து அலைக்கழிக்கும் தன்மையது. மெல்லிய நகைச்சுவையும், பிடி படாப் புதிர்த்தன்மையும் அற்புதமாக இழையோடும் எழுத்து. படைப்புலகின் அடர்த்தி திணற டிக்கும் ஆற்றல் மிக்கது. வாழ்க்கை பற்றிய இவர் பார்வை சலுகைகளற்றது.

ஜெர்மானியர்களின் 'தொழில்நுட்ப சாதனை'யான விஷவாயுக் கிடங்கின் நேரடிபாதிப்பில் உருவான மிகச் சிறந்த படைப்புகளில் ஒன்று 'சால்வை.' சால்வையைக் குறியீடாகக் கொண்டி ருக்கும் இச்சிறுகதை, உயிர் வாழ்வதற்கான மனித எத்தனிப்பை அதன் உயிர்ப்பாகக் கொண்டிருக்கிறது.

சால்வை

ஸ்டெல்லா, குளிர், குளிர் – படுபயங்கரமான குளிர். சால்வையில் போர்த்தப்பட்டிருந்த மாக்தா, புண்ணாகிப்போன ரோஸாவின் மார்பகங்களில் பின்னிப் பிணைந்திருக்க, அவர்கள் சாலைகளில் இணைந்து நடந்தார்கள். சில சமயங்களில் மாக்தாவை ஸ்டெல்லா எடுத்துக்கொண்டாள். ஆனால் அவளுக்கு மாக்தாவின் மீது பொறாமை. பதினான்கு வயதான ஸ்டெல்லா, அதற்குப் பொருந்தாமல் மிகச் சிறியவளாக, ஒல்லியாக, அவளுக்கே உரிய மெலிந்த மார்பகங்களோடு காணப்பட்டாள். சால்வையில் தான் முழுவதுமாக, வெளியில் தெரியாதபடி போர்த்தப்பட்டு, ஒரு குழந்தையாக, கையில் எடுத்துக்கொள்ளப்படும் சிசுவாக, நடையின் கதியில் தாலாட்டப்பட வேண்டுமென அவள் விரும்பினாள். மாக்தா, ரோஸாவின் முலைக்காம்பில் வாய் பதித்தாள். ரோஸா, நடமாடும் தொட்டிலாக, நிற்காமல் நடந்துகொண்டிருந்தாள். அவற்றில் போதுமான பால் இல்லை. மாக்தா, சமயங்களில் காற்றை உறிஞ்சினாள்; பின் வீறிட்டலறினாள். ஸ்டெல்லா பொறாமைப் பட்டாள். குச்சியின் கணுக்களைப்

போல் காணப்பட்ட அவள் முட்டிகளில் எலும்புகள் துருத்திக்கொண்டிருந்தன.

ரோஸாவுக்குப் பசிக்கவில்லை; அவள் மிதப்பதுபோல் உணர்ந்தாள். நடந்து செல்லும் ஒருவரைப்போல் அல்லாமல், மயக்கத்தில் ஆழ்ந்து, வசீகர சக்தியால் நடத்திச் செல்லப்படுபவரைப் போல், மிதக்கும் தேவதையாக மாறி எல்லாவற்றையும் – அங்கு நடப்பவற்றையல்ல, காற்றில் நடப்பவற்றை – வெகு உன்னிப்பாகக் கவனித்துச் செல்லும் ஒருவரைப் போல் அவள் காணப்பட்டாள். விரல் நகங்களின் முனைகளில் ஊசலாடிச் செல்வதைப் போல், அவள் சால்வையின் இடைவெளியினூடாக மாக்தாவின் முகத்தைப் பார்த்தாள்: பாதுகாப்பாகக் கூட்டுக்குள்ளிருக்கும் அணில்; சால்வையின் சுருள்களாலான அந்த வீட்டிற்குள் நுழைந்து எவரும் அவளை அண்டிவிட முடியாது. பாக்கெட் கண்ணாடியில் தெரியும் முகம் போல வட்டவடிவமான முகம். ரோஸாவினுடைய நைந்த, காலராவைப் போல் கறுத்த தோற்றத்தைப் போலல்லாமல் முற்றிலுமாக வேறுமாதிரி முகம். காற்றைப் போல் நீலநிறக் கண்கள்; ரோஸாவினுடைய 'கோட்'டில் நெய்யப்பட்டிருந்த நட்சத்திரத்தின் மஞ்சள் நிறத்தைக் கிட்டத்தட்ட ஒத்திருந்த மெல்லிய இறகு போன்ற முடி. அது, அவர்களுடைய குழந்தைகளில் ஒன்று என்று நீங்கள் நினைப்பீர்கள்.

ரோஸா, மிதந்தபடியே, ஏதாவது ஒரு கிராமத்தில் மாக்தாவைக் கொடுத்துவிடுவது பற்றிக் கனவு கண்டாள். வரிசையிலிருந்து ஒரு நிமிஷம் விலகி, சாலையோரத்தில் இருக்கிற ஏதாவது ஒரு பெண்மணியின் கைகளில் அவள் மாக்தாவைத் தள்ளிவிட முடியும். ஆனால் அவள் வரிசை யிலிருந்து விலகினால் அவர்கள் சுட்டுவிடுவார்கள். அப்படியே அவள் விலகி, அரை நொடிக்குள் சால்வைப் பொட்டலத்தை ஒரு அந்நியர் கையில் திணித்து விடுவதாக இருந்தாலும் அந்தப் பெண்மணி அதை எடுத்துக் கொள்வாளா? அவள் அதிர்ச்சிடையவோ, பயப்படவோ செய்யலாம்; அவள் சால்வையை நழுவ விட்டுவிடுவாள். மாக்தா கீழே விழுந்து தலையில் அடிபட்டு இறந்துபோவாள். சிறிய வட்டமான தலை. நல்ல குழந்தையாகக் கதறலை நிறுத்திவிட்டு, காய்ந்து

போன முலைக்காம்பின் சுவைக்காக மட்டுமே அதைச் சப்பிக் கொண்டிருந்தாள். மிகச் சிறிய ஈறுகள் கச்சிதமாகப் பற்றிக் கொண்டிருந்தன. கீழ் ஈறில் முளை விட்டிருந்த குட்டிப்பல் மின்னியது – ஆகச் சிறிய வெண்ணிறச் சலவைக் கல்லாலான கல்லறைக் கல்லொன்றின் ஒளிச்சிதறலாக, எவ்வித ஆவலாதியுமின்றி, மாக்தா முதலில் இடது காம்பையும் பின் வலது காம்பையும் விடுவித்தாள். இரண்டுமே வெடித்திருந்தன. பாலின் வாசனைகூட இல்லை. பால்வழிப் பாதையின் உயிர்ப்பிழந்த கண்கள், இறந்து போன எரிமலை, குருட்டுக் கண், உறைந்த துளை. எனவே, மாக்தா அதற்குப் பதிலாக சால்வையின் முனையைப் பற்றிப் பால் குடித்தாள். அவள் மேலும் மேலும் சப்பச் சப்ப, நூலிழைகள் நனைந்து தெப்பமா யின. சால்வையின் இனிய மணம், லினன் துணிப் பால்.

அது ஒரு மந்திர சால்வை; ஒரு கைக்குழந்தையை அது மூன்று நாட்களுக்கு உணவு அளித்துப் பராமரிக்கும். மாக்தா சாகவில்லை. அவள் சலனமற்றிருந்தபோதிலும் உயிரோடிருந்தாள். அவள் வாயிலிருந்து பாதாம் பருப்பும் லவங்கப் பட்டையும் கலந்த விநோதமான வாசனை எழுந்தது. அவள் சதா கண்களைத் திறந்தே இருந்தாள்; கண்ணயரவோ, மூடவோ மறந்து விட்டிருந்தாள். ரோஸாவும், சில சமயங்களில் ஸ்டெல்லாவும் அவற்றின் நீலத் தன்மையைக் கவனித்தனர். சாலையில் அவர்கள் ஒவ்வொரு காலையும் மாற்றி மாற்றி வைத்தபடி, மாக்தாவின் முகத்தைக் கவனித்தனர். “ஆர்யன்” என்று ஸ்டெல்லா சொன்னாள், கம்பியைப் போல் மெலிந்த குரலில். ஸ்டெல்லா எப்படி ஒரு இளம் மாமிசப் பட்சிணி போல் மாக்தாவை உற்றுப் பார்க்கிறாள் என்று ரோஸா எண்ணினாள். ஸ்டெல்லா, “ஆர்யன்” என்று சொன்னபோது உண்மையில் ஸ்டெல்லா, “நாம் அவளைத் தின்றுவிடலாம்” என்று சொன்னதாகவே ரோஸாவுக்குக் கேட்டது.

ஆனால், மாக்தா நடக்கத் தொடங்கினாள். அவ்வளவு காலம் வரை அவள் வாழ்ந்தாள். எனினும் அவளால் மிக நன்றாக நடக்கமுடியவில்லை. அவள் பதினைந்து மாதமே நிரம்பிய குழந்தை என்பதொரு காரணம்; உப்பிய வயிற்றைத் தாங்கிக்கொள்ள இயலாதவகையில் அவள் கால்கள் சூம்பி யிருந்தது மற்றொரு காரணம். அவள் வயிறு காற்றால்

ஊதியிருந்தது – முழுமையான வட்ட வடிவில். ரோஸா, அநேகமாக அவளின் உணவு முழுவதையும் மாக்தாவுக்குக் கொடுத்தாள். ஸ்டெல்லா எதுவும் கொடுக்கவில்லை. ஸ்டெல்லா பொறாமைப்பட்டாள். அவளே தன்னளவில் ஒரு வளரும் குழந்தை. அவ்வளவாய் வளரவும் இல்லை. ஸ்டெல்லாவுக்கு மாதவிடாய் ஏற்படுவதில்லை. ரோஸாவுக்கும் மாதவிடாய் ஏற்படுவதில்லை. ஸ்டெல்லா பொறாமைப்பட்டாள். ஆனால் அப்படியும் சொல்ல முடியாது. வாயில் தன் விரல் வைத்துச் சூப்புவதிலுள்ள ருசியை அவள் மாக்தாவிடமிருந்து அறிந்துகொண்டாள். இரக்கமற்ற ஓர் இடத்தில் அவர்கள் இருந்தார்கள். ரோஸாவிடம் இரக்க உணர்வு முற்றிலுமாக வற்றி வரண்டுவிட்டிருந்தது. ஸ்டெல்லாவின் எலும்புகளை அவள் இரக்க உணர்வின்றிப் பார்த்தாள். மாக்தாவின் மரணத்துக்காக, அப்போதுதான் அவளால் அந்தச் சிறிய தொடைகளில் தன் பற்களைப் பதிக்க முடியும் என்பதால், ஸ்டெல்லா காத்துக்கொண்டிருக்கிறாள் என்பது ரோஸாவுக்கு நிச்சயமாகத் தெரிந்தது.

மாக்தா வெகு சீக்கிரம் இறந்துவிடுவாள் என்று ரோஸாவுக்குத் தெரியும். அவள் ஏற்கெனவே இறந்திருக்க வேண்டும். ஆனால் அவள் மந்திர சால்வைக்குள் ஆழமாகப் புதைக்கப்பட்டிருந்தாள். குளிரால் உதறும் ரோஸாவின் மார்பக மேடுகளுக்காகத்தான் அது அங்கிருக்கிறது என்பது போலவும், ஏதோ அச்சால்வை தன்னைத்தான் போர்த்திக்கொண்டிருக்கிறது என்பது போலவும் சால்வையோடு தன்னை இறுக்கிக் கொண் டிருந்தாள். எவராலும் அவளிடமிருந்து அதை எடுக்க முடியாது. மாக்தா ஊமையாகிவிட்டாள். அவள் ஒருபோதும் அழுவதில்லை. ரோஸா அவளை சால்வைக்கடியில் மறைத்துக் கொட்டகையில் வைத்திருந்தாள். என்றேனும் ஒருநாள் எவரேனும் ஒருவர் – ஸ்டெல்லாதான் என்றில்லை – தின்பதற்காக மாக்தாவைத் திருடி விடுவார்கள் என்பது அவளுக்குத் தெரியும். மாக்தா நடக்கத் தொடங்கிய சமயம், மாக்தா சீக்கிரமே செத்துவிடப் போகிறாள் என்று ரோஸா அறிந்திருந்தாள். ஏதோ ஒன்று நடந்துவிடும். அவள் உறங்குவதற்குப் பயந்தாள். மாக்தாவின் உடல்மீது தன் தொடைகளின் பாரத்தைப் போட்டு அவள் தூங்கினாள்.

தன் தொடைகளுக்குள் அவளை நெருக்கி மூச்சு முட்டச் செய்துவிடுவோமோ என்று அவள் பயந்தாள். ரோஸாவின் எடை மேலும்மேலும் குறையத் தொடங்கியது; ரோஸாவும் ஸ்டெல்லாவும் மெது மெதுவாகக் காற்று போலாகிக் கொண்டிருந்தார்கள்.

மாக்தா சலனமின்றி இருந்தாள். ஆனால் அவள் கண்கள் பயங்கர உயிரோட்டத்துடன், நீல நிறப் புலிகளைப் போல் காணப்பட்டன. அவள் கவனித்துக்கொண்டிருந்தாள். சமயங்களில் அவள் சிரித்தாள். அது சிரிப்பு போலத்தான் தெரிந்தது. ஆனால் அது எப்படி முடியும்? எவர் சிரிப்பதையும் மாக்தா ஒருபோதும் பார்த்ததில்லை. பலமான காற்று சால்வையின் ஓரங்களைத் துளைத்தபோது, மாக்தா தன் சால்வையைப் பார்த்துச் சிரித்தாள். கரும்துகள்கள் கலந்து மோசமாக வீசிய காற்று, ஸ்டெல்லாவின் கண்களையும் ரோஸாவின் கண்களையும் கலங்கடித்தது.

மாக்தாவின் கண்கள் கலங்காமல் எப்போதுமே தெளிவாக இருந்தன. அவள் ஒரு புலியைப் போல் கவனித்துக்கொண்டிருந்தாள். தன் சால்வையைப் பாதுகாத்துக்கொண்டாள். ஒருவராலும் அதைத் தொட முடியாது; ரோஸாவால் மட்டுமே தொடமுடியும். ஸ்டெல்லாவுக்கு அனுமதி இல்லை. சால்வை, மாக்தாவின் சொந்தக் குழந்தை; அவளின் செல்லம்; அவளின் குட்டித் தங்கை. அவள் நிச்சலனமாய் இருக்க விரும்பும்போது, தன்னை சால்வைக்குள் பிணைத்துக்கொண்டு அதன் ஒரு முனையைப் பற்றிச் சப்பத் தொடங்குவாள்.

பின்னர், ஸ்டெல்லா போர்வையைப் பிடுங்கியெடுத்து மாக்தாவை சாகும்படி செய்தாள்.

அதற்குப் பிறகு ஸ்டெல்லா சொன்னாள்: "நான் மரத்துப் போய்விட்டேன்."

அதன் பிறகுகூட, அவள் எப்போதுமே மரத்துப் போயிருந்தாள் – எப்போதுமே. மரத்துப்போன தன்மை அவள் இதயத்துக்குள் ஊடுருவியது. ஸ்டெல்லாவின் இதயம் மரத்துப் போயிருப்பதை ரோஸா கவனித்தாள். மாக்தா

தன் சிறிய பென்சில் கால்களை அப்படியும் இப்படியுமாகத் தேய்த்தபடி சால்வையைத் தேடி முன்னோக்கி நகர்ந்தாள். வெளிச்சம் விழத் தொடங்குகிற கொட்டகையின் வாசலில் பென்சில்கள் தள்ளாடின. அதைப் பார்த்த ரோஸா அவளைப் பிடிப்பதற்காகச் சென்றாள். ஆனால் அதற்குள் மாக்தா கொட்டகைக்கு வெளியிலிருந்த பிரகாசமான வெளிச்சத்துடன் கூடிய திறந்தவெளிப் பகுதிக்குச் சென்று விட்டாள். அது அங்கிருப்பவர்கள் ஆஜராவதற்கான திடல். ரோஸா ஒவ்வொரு நாள் காலையிலும் மாக்தாவை சால்வைக்குள் மறைத்து சுவரோரமாக வைத்துவிட்டு, வெளியில் சென்று, ஸ்டெல்லாவோடும் மற்ற நூற்றுக்கணக்கானவர்களோடும் சேர்ந்து திடலில் நிற்பாள் – சமயங்களில் மணிக்கணக்கில் கைவிடப்பட்ட நிலையில் மாக்தா, சால்வைக்குள் எவ்விதச் சலனமுமின்றி ஒரு முனையைச் சப்பிக்கொண்டு இருப்பாள். ஒவ்வொரு நாளும் மாக்தா அமைதியாகவே இருந்ததால் அவள் சாகாமல் இருந்தாள். இன்று மாக்தா சாகப் போகிறாள் என்பதை ரோஸா அறிந்தாள். அதே சமயம், அவள் உள்ளங்கைகளில் பயம் கலந்த குதூகலம் பரவியது. அவளுடைய விரல்கள் பற்றி எரிந்தன. அவள் திகைப்படைந்தாள். காய்ச்சல் கண்டது போலானாள்; மாக்தா, சூரிய ஒளியில், பென்சில் கால்களால் ஊசலாடியபடி அலறினாள். ரோஸாவின் முலைக்காம்புகள் வறண்டு போனதற்குப் பிறகு, கடைசி முறையாக சாலையில் வீறிட்டலறியதற்குப் பிறகு, மாக்தா பேச்சிழந்து போய்விட்டாள். மாக்தா ஒரு ஊமை. அவளுடைய குரல்வளையில், மூச்சுக்குழலில், குரல் நாண்களில் ஏதோ கோளாறு ஏற்பட்டுவிட்டதென்று ரோஸா நம்பினாள்.

மாக்தா குரலின்றி குறைபட்டிருந்தாள். ஒருவேளை அவள் செவிடாக இருக்கலாம். புத்தியில் ஏதோ பிசகிருக்கிறது. மாக்தா ஊமை. சாம்பல் புள்ளிகள் கலந்து வீசிய காற்று மாக்தாவின் சால்வையில் கோமாளித்தனம் பண்ணியபோது வெளிப்பட்ட சிரிப்புகூட, காற்றின் வீச்சில் அவள் வாய் திறந்துகொண்டதால் பல் தெரிந்ததுதான். அவள், தன் தலைப் பேன்களையும் உடல் பேன்களையும் மூர்க்கத்தனமாக – அந்தி சாயும் நேரத்தில் செத்தழுகிய மாமிசத்துக்காகக் கொட்டகையையே சூறையாடும் பெருச்சாளிகளில் ஒன்றைப் போல – தேய்த்து, சொறிந்து,

கடித்து, உதைத்து, உருண்டுகொண்டிருக்கும்போதுகூட அவள் முனகுவதில்லை. ஆனால் இப்போது மாக்தாவின் வாயிலிருந்து நீண்ட நெடிய ஜவ்வாக ஒரு சப்தமெழுந்தது:

“மா...”

ரோஸாவின் முலைக்காம்புகள் வறண்டு போனதற்குப் பிறகு, மாக்தா தன் தொண்டையிலிருந்து வெளிப்படுத்திய முதல் சப்தம் இதுதான்.

“மா...!”

மறுபடியும்! அந்தத் திடலின் ஆபத்தான சூரிய வெளிச்சத்தில் ஊசலாடியபடி, மாக்தா தன் பரிதாபமான கோணல் கால்களைத் தேய்த்துக்கொண்டிருந்தாள். ரோஸா பார்த்தாள். சால்வையை இழந்துவிட்டதற்காக மாக்தா வருத்தப்படுவதை அவள் பார்த்தாள்.

மாக்தா இறக்கப் போவதை அவள் பார்த்தாள். அடுக்கடுக்கான ஆணைகள் ரோஸாவின் முலைக்காம்புகளில் சம்மட்டி அடியாக விழுந்தன. போ, எடு, கொண்டு வா! ஆனால் எதை அடைய முதலில் போவதென்று அவளுக்குத் தெரியவில்லை. மாக்தா அல்லது சால்வை. அவள் திடலுக்குள் பாய்ந்து மாக்தாவைத் தூக்கிக் கொண்டாலும் அந்த அலறல் நிற்காது. ஏனெனில் மாக்தாவிடம் இன்னமும் சால்வை இல்லை. அவள் சால்வையைத் தேடி திரும்பவும் கொட்டகைக்குள் ஓடிச்சென்று, அது அவளுக்குக் கிடைத்து, அவள் அதைப் பற்றிக்கொண்டு முன்னும் பின்னுமாய் அசைத்தபடி மாக்தாவிடம் வந்தால், மாக்தா அவளுக்குத் திரும்பவும் கிடைத்து விடுவாளென்றாலும் மாக்தா சால்வையை வாய்க்குள் திணித்துக்கொண்டு மீண்டும் ஊமையாகி விடுவாள்.

ரோஸா இருட்டுக்குள் நுழைந்தாள். சால்வையைக் கண்டு பிடிப்பது எளிது. ஸ்டெல்லா அதற்குள் தன்னைக் குவித்துக் கொண்டு, தன் மெலிந்த எலும்புகளோடு தூங்கினாள். ரோஸா, சால்வையைப் பிடுங்கி எடுத்துக்கொண்டு திடலுக்குப் பறந்தாள். அவளால் பறக்க முடியும், அவள் வெறும் காற்று மட்டுமே. சூரிய வெப்பம் வேறொரு வாழ்வு பற்றி, கோடைகால வண்ணத்துப் பூச்சிகள் பற்றி முணுமுணுத்தது.

வெளிச்சம் சாந்தமாகவும் பக்குவமாகவும் இருந்தது. கம்பி வேலியின் மறுபக்கத்தில், வெகு தொலைவில், மஞ்சள் நிறமும், அடர்த்தியான ஊதா நிறமுமாகப் பல வண்ணப் புள்ளிகள் கலந்த பச்சைப் புல்வெளி தெரிந்தது. அதற்குப் பின்னால், இன்னும் தொலைவில், வளர்த்தியான, ஆரஞ்சு வண்ண மேற்புறம் கொண்ட அல்லிகள் தென்பட்டன. கொட்டகையில் அவர்கள் 'பூக்கள்' பற்றி 'மழை' பற்றிப் பேசுவார்கள். மலம், கெட்டியான சாணங்கள், மேலிருந்த தொட்டிகளிலிருந்து செம்பழுப்பு நிறத்தில் வழிந்தோடுகிற துர்நாற்ற நீர். அந்த நாற்றம் சகிக்க முடியாதபடி அடர்த்தியாய் மிதக்கிற புகையோடு கலந்து ரோஸாவின் தோலைப் பிசுபிசுப்பாக்கியது. திடலின் விளிம்பில் அவள் ஒரு கணம் நின்றாள். வேலியில் பாயும் மின்சாரம், சமயங்களில் ரீங்காரமிடுவதுபோல் தோன்றும்; அது வெறும் கற்பனை என்று ஸ்டெல்லா கூடச் சொல்வாள். ஆனால் ரோஸாவுக்கு வயர்களிலிருந்து நிஜமாகவே சத்தம் கேட்டது: சோகம் ததும்பிய குரல்கள். வேலியிலிருந்து அவள் எந்த அளவுக்குத் தள்ளிச் செல்கிறாளோ அந்த அளவு குரல்கள் மிகத் தெளிவாக அவளைச் சூழ்ந்துகொள்கின்றன. அந்தக் குரல்களின் மிகத் துல்லியமான ரீங்காரமும் உருக்கமும் அவை வெறும் கற்பனைத் தோற்றங்கள் என்று சந்தேகப்படும்படியாக இல்லை. சால்வையை உயரத் தூக்கிப் பிடிக்கும்படி அந்தக் குரல்கள் அவளுக்குச் சொல்லின. அதை அசைக்கும்படி, நன்றாக அசைக்கும்படி அந்தக் குரல்கள் அவளுக்குச் சொல்லின. ரோஸா உயர்த்தினாள். அசைத்தசைத்து ஆட்டினாள். தொலைவில், வெகு தொலைவில், மாக்தா காற்றால் உப்பிய வயிற்றோடு வளைந்து முன்கைப் பிரம்புகளை நீட்டி வெளியேறினாள். அவள் உயரே, யாரோ ஒருவரின் தோள்மீது சவாரி செய்தபடி மேல்நோக்கிப் பறந்தாள். ஆனால் மாக்தாவைச் சுமந்திருந்த தோள் ரோஸாவையோ, சால்வையையோ நோக்கி வரவில்லை. அது விலகிச் சென்றது. புள்ளிகளாய்த் தெரிந்த மாக்தாவின் உருவம் மேகக்கூட்டத்திடையே மேலும் மேலும் முன்னேறியது. தோளுக்கு மேலாக ஒரு தலைக்கவசம் மின்னியது. வெளிச்சம் கவசத்தைச் சூழ்ந்து, அதை ஒரு ஒளிவட்டமாகப் பிரகாசிக்கச் செய்தது. தலைக்கவசத்துக்குக் கீழே ஒரு கரிய உருவமும் இரண்டு கருப்பு பூட்ஸ்களும் தெரிந்தன. அவை மின்வேலியின்

திசையை நோக்கித் தங்களைத் தாங்களே சுழற்றி எறிந்தன. மின் குரல்கள் அலறத் தொடங்கின. "மா... மா... மா..." எல்லாக் குரல்களும் ஒருங்கிணைந்து ரீங்கரித்தன. இப்போது மாக்தா, ரோஸாவிடமிருந்து எவ்வளவோ தொலைவில், அந்த முழு சதுக்கத்தையும் கடந்து ஒரு டஜன் கொட்டகைகளைத் தாண்டி வெகு தொலைவிலிருக்கிற மறுபுறத்துக்குச் சென்று விட்டாள்! அவள் ஒரு அந்துப்பூச்சி அளவே இருந்தாள்.

திடீரென மாக்தா காற்றினூடே நீந்திக்கொண்டிருந்தாள்.

மாக்தாவின் முழுமையும் மேல்நோக்கிப் பயணம் செய்தது. படர்கொடியைத் தொடும் ஒரு வண்ணத்துப்பூச்சியைப் போல் அவள் காட்சியளித்தாள். மாக்தாவின் மென் இறகுகள் கொண்ட வட்டமான தலையும் பென்சில் கால்களும் பலூன் வயிறும் கோணல்மாணலான கைகளும் வேலியில் அறைந்து மோதிய அந்தச் சமயத்தில் உலோகக் குரல்கள் பைத்தியமாய் உறுமத் தொடங்கின; மாக்தா பறந்து வந்து மின்வேலியில் மோதி விழுந்த இடத்துக்கு ஓடு, ஓடு என ரோஸாவை விரட்டின. ஆனால் அவள் அதற்கு அடிபணியவில்லை என்பதென்னவோ உண்மைதான். அவள் நின்றபடியே இருந்தாள். ஏனெனில் அவள் ஓடினால் அவர்கள் சுட்டுவிடுவார்கள்; மாக்தாவின் உடல் குச்சிகளைப் பொறுக்க அவள் முயற்சித்தாலும் அவர்கள் சுட்டுவிடுவார்கள்; அவளின் எலும்புக்கூட்டு ஏணியின் வழியாக இப்போது உரத்து ஒலிக்கும் ஓநாயின் ஓலம் வெளியில் கேட்டுவிட அவள் அனுமதித்தாலும் அவர்கள் சுட்டுவிடுவார்கள். எனவே, அவள் மாக்தாவின் சால்வையை எடுத்து, அதைத் தன் வாய்க்குள் நிறைத்துக்கொண்டு, உள்ளே திணித்தாள் – ஓநாயின் ஓலத்தை விழுங்கிவிட்டு, மாக்தாவின் எச்சிலால் படிந்திருந்த பாதாம் பருப்பும், இலவங்கப் பட்டையும் கலந்த ருசியை உணரும்வரை, அதை மேலும் மேலும் உள்ளே திணித்தாள். அவள் மாக்தாவின் சால்வையைப் பருகினாள், அது உலரும்வரை.

தமிழில்: சி. மோகன்